மக்களைத் திறமையாகக் கையாள்வதற்கான வழிமுறைகள்

உங்களால் முடியும்!

Why not use Allan Pease as guest speaker for your next conference or seminar?

PEASE INTERNATIONAL PTY LTD

PO Box 1260, Buderim 4556, Queensland, AUSTRALIA
Tel: +61 7 5445 5600

Email: info@peaseinternational.com
Website: www.peaseinternational.com

Allan and Barbara Pease are the most successful relationship authors in the business. They have written a total of 15 bestsellers - Including 9 number ones- and give seminars in up to 30 countries each year. Their books are available in over 100 countries, are translated into 51 languages and have sold over 25 million copies. They appear regularly in the media worldwide and their work has been the subject of 9 television series, a stage play and a number one box office movie which attracted a combined audience of over 100 million.

Their company, Pease International Ltd, produces videos, training courses and seminars for business and governments worldwide. Their monthly relationship column was read by over 20 million people in 25 countries. They have 6 children and 5 grandkids and are based in Australia and the UK.

Also by Allan Pease:

DVD Programs
Body Language Series
Silent Signals Series
How To Be A People Magnet - It's Easy Peasey
The Best Of Body Language
How To Develop Powerful Communication Skills - Managing the Differences Between Men & Women

Audio Programs
The Definitive Book Of Body Language
Why Men Don't Listen & Women Can't Read Maps
Why Men Don't Have A Clue & Women Always Need More Shoes
How To Make Appointments By Telephone
Questions Are The Answers
It's Not What You Say

Books
The Answer
Body Language-How to Read others Thoughts by their Gestures
The Body Language of Love
Body Language in the Work Place
The Definitive Book Of Body Language
Why Men Don't Listen & Women Can't Read Maps
Why Men Lie & Women Cry
Why Men Want Sex & Women Need Love
You Can! People Skills For Life
Questions Are The Answers
Why He's So Last Minute & She's Got It All Wrapped Up
Why Men Can Only Do One Thing At A Time & Women Never Stop Talking
How Compatible Are You? Your Relationship Quiz Book
Talk Language
Get It Write

மக்களைத் திறமையாகக்
கையாள்வதற்கான வழிமுறைகள்

உங்களால்
முடியும்!

ஆலன் பீஸ்
&
பார்பரா பீஸ்

தமிழில்: PSV குமாரசாமி

மஞ்சுள் பப்ளிஷிங் ஹவுஸ்

First published in India by

Manjul Publishing House

Corporate and Editorial Office
• 2nd Floor, Usha Preet Complex, 42 Malviya Nagar, Bhopal 462 003 - India
Sales and Marketing Office
• C-16, Sector 3, Noida, Uttar Pradesh 201301 - India
Website: www.manjulindia.com

Distribution Centres
Ahmedabad, Bengaluru, Bhopal, Kolkata, Chennai,
Hyderabad, Mumbai, New Delhi, Pune

Tamil translation of YOU CAN - People Skills for Life

Copyright © 2006 by Allan Pease

This edition first published in 2017
Second impression 2022

ISBN   978-81-8322-646-2

Translation by PSV Kumarasamy
Editing by Nagalakshmi Shanmugam

Printed and bound in India by Repro India Limited.

This edition is for sale only in Indian Subcontinent

நன்றி!

இப்புத்தகத்திற்கு நேரடியாகவோ அல்லது மறைமுகமாகவோ உதவி செய்துள்ள சிலரை இங்கு நான் குறிப்பிடுகிறேன். அதை அவர்கள் அறிந்தும் இருக்கலாம், அறியாமலும் இருக்கலாம்.

ரே பீஸ் – ருத் பீஸ், டாக்டர் டெனிஸ் வெயிட்லி, டிரவர் டால்பி, மால்கம் எட்வர்ட்ஸ், ரான் ஹேல் – டாபி ஹேல், டெப் மெர்ட்டன்ஸ், ஜிம் கேத்கார்ட், ஸ்டிவ் ரைட், டிரிஷ் கோடார்டு, கெர்ரிஆன் கென்னர்லி, பெர்ட் நியூட்டன், லியான் பைனர், ரான் டாச்சி, ஜெர்ரி பிராட்பீர் – கேத்தி பிராட்பீர், கேத்தி கோன்டோலியான், டிரெவர் வெல்ட், கெவின் ஃப்ரேசர், ஆலன் கார்னர், பிரையன் டிரேசி, ஜெர்ரி ஹாட்டன், ஜான் ஹெப்வொர்த், கிலென் ஃப்ரேசர், டேவிட் ஸ்மித், ஸேலி பர்ச் – ஜெம்ப் பர்ச், டோரி சிம்மன்ட்ஸ், டெசிமா மெக்ஆலே, இயன் அபாட் – ஜோ அபாட், நார்மன் லியோனார்டு – கிலென்டா லியோனார்டு.

உள்ளடக்கம்

முன்னுரை

முன்பின் பரிச்சயம் இல்லாத சமூகச் சூழல்களில் கலந்து கொண்டாலும் அங்குள்ளவர்களிடம் மிகவும் இயல்பாக உரையாடல்களை நிகழ்த்தக்கூடியவர்களைக் கண்டு நாம் எப்போதும் பிரமிக்கிறோம். இவர்களிடம் ஒருவிதமான 'வசீகரம்' இருப்பதாக மக்கள் கருதுகின்றனர். அவர்களால் மட்டும் எப்படி அதைச் சாதிக்க முடிகிறது என்று ஒரு சிலர் வியந்தாலும், அது அவர்களுக்கு 'இயல்பாக' வருகிறது என்றுதான் பெரும்பாலானோர் அனுமானிக்கின்றனர். ஆனால் அது உண்மையல்ல. பிறரிடையே செல்வாக்குடன் திகழ்கின்றவர்களில் பலர், 'வசீகரம்' என்ற திறனை முறையாக வளர்த்துக் கொண்டுள்ளவர்கள்தாம். அதைக் கற்றுக் கொள்ள வேண்டும் என்ற உறுதியும் சரியான தகவல்களும் உங்களிடம் இருந்தால், கண்டிப்பாக அத்திறனை உங்களால் வளர்த்துக் கொள்ளவும், மேம்படுத்திக் கொள்ளவும், கச்சிதப்படுத்திக் கொள்ளவும் முடியும்.

எந்தச் சூழலிலும் பிறரிடையே செல்வாக்குடன் திகழ்கின்ற ஒருவராக உருவாவதற்குத் தேவையான திறனை உங்களிடம் நீங்கள் வளர்த்துக் கொள்ள இந்நூல் உங்களுக்கு வழிகாட்டும். இதில் குறிப்பிடப்பட்டுள்ள பரிந்துரைகளை நீங்கள் செயல்படுத்தும்போது, "இவ்வளவு பிரமாதமாக மக்களிடம் உரையாடும் திறனை எப்படி நீங்கள் வளர்த்துக் கொண்டீர்கள்?" என்று மற்றவர்கள் உங்களிடம் கேட்கத் தொடங்கினால் ஆச்சரியம் அடையாதீர்கள். அப்படி அவர்கள் கேட்கவில்லை என்றாலும், முன்பொரு காலத்தில் நீங்கள் பிறரைப் பற்றி எப்படி வியந்து கொண்டிருந்தீர்களோ அவ்வாறே அவர்கள் தங்களுக்குள் உங்களைப் பற்றி இப்போது வியந்து கொண்டிருப்பர்.

பிறருடனான உங்கள் உறவில் நீங்கள் அசாதாரணமான வெற்றியை அடையத் தேவையான திறன்களை இப்புத்தகம் உங்களுக்குக் கற்றுக் கொடுக்கும். நீங்கள் இப்புத்தகத்தின் எந்தப் பக்கத்தைத் திறந்து வாசித்தாலும், ஒரு புதிய திறனை நீங்கள் உடனடியாகக் கற்றுக் கொள்ளும் விதத்தில் நாங்கள் இப்புத்தகத்தை வடிவமைத்துள்ளோம். இப்புத்தகத்தைப் படிக்கும்போது, ஒவ்வொரு திறன் குறித்தும் நாங்கள் சுற்றி வளைத்துப் பேசாமல் நேரடியாக விஷயத்திற்கு வந்துவிடுவதையும், அதற்கு ஒரே ஓர் எடுத்துக்காட்டைக் கூறிவிட்டு அதை முடித்துவிடுவதையும் நீங்கள் கவனிப்பீர்கள் இந்த முன்னுரையைப்போல.

ஆலன் பீஸ் & பார்பரா பீஸ்

பாதி வழியிலிருந்த ஒரு விடுதி

இத்தாலி நாட்டில் வெனிஸ் நகருக்கும் வெரோனா நகருக்கும் இடையே கிட்டத்தட்டப் பாதி வழியில், நெஞ்சைக் கொள்ளை கொள்ளும் ஓர் அழகான மலைப்பகுதியோரமாக, சிறிய தங்கும் விடுதி ஒன்று அமைந்திருந்தது. ஒரு நாள் இரவு அதில் தங்குவதற்காக ஒரு பயணி வந்தார்.

"நீங்கள் எங்கு பயணித்துக் கொண்டிருக்கிறீர்கள்?" என்று அந்த விடுதியின் காப்பாளர் அவரிடம் கேட்டார்.

"நான் வெனிஸைச் சேர்ந்தவன். வெரோனாவில் வசிப்பதற்காகச் சென்று கொண்டிருக்கிறேன்," என்று பதிலளித்த அப்பயணி, அந்த விடுதிக் காப்பாளரிடம், "எனக்கு ஒரு விஷயத்தை உங்களால் கூற முடியுமா? வெரோனாவில் வசிப்பவர்கள் எப்படிப்பட்டவர்கள்?" என்று கேட்டார்.

பதிலுக்கு அக்காப்பாளர், "சரி, சொல்கிறேன், முதலில் நீங்கள் வெனிஸில் வசிப்பவர்கள் எப்படிப்பட்டவர்கள் என்று சொல்லுங்கள்," என்று கேட்டார்.

"அவர்கள் மிகவும் மட்டமானவர்கள்!" என்று பதிலளித்த அப்பயணி, "அவர்கள் பிறர்பால் அக்கறையற்றவர்கள், இறுக்கமானவர்கள், கல்நெஞ்சக்காரர்கள். அடுத்தவர்களுக்காக அவர்கள் தங்கள் சுண்டுவிரலைக்கூட அசைக்க மாட்டார்கள். அதனால்தான் நான் அந்த இடத்தைவிட்டுக் கிளம்பிவிட்டேன்," என்று கூறினார்.

"ஹூம்..." என்று இழுத்த அந்த விடுதிக் காப்பாளர், "அப்படியானால் உங்களுக்கு வெரோனாவும் பிடிக்காதுஞ் அங்குள்ள மக்களும் அப்படிப்பட்டவர்கள்தாம்!" என்று கூறி முடித்தார்.

அவருடைய வார்த்தைகளால் ஏமாற்றமடைந்த அப்பயணி ஓய்வெடுப்பதற்காகத் தன் அறைக்குச் சென்றுவிட்டார்.

* * *

அதே இரவு சிறிது நேரம் கழித்து இன்னொரு பயணி அவ்விடுதியில் தங்குவதற்காக வந்தார்.

"நீங்கள் எங்கு பயணித்துக் கொண்டிருக்கிறீர்கள்?" என்று அந்த விடுதிக் காப்பாளர் அவரிடம் கேட்டார்.

"நான் வெரோனாவைச் சேர்ந்தவன். வெனிஸில் வசிப்பதற்காகச் சென்று கொண்டிருக்கிறேன்," என்று பதிலளித்த அந்த இரண்டாவது பயணி, அவ்விடுதிக் காப்பாளரிடம், "எனக்கு ஒரு விஷயத்தை கூற முடியுமா? வெனிஸில் வசிப்பவர்கள் எப்படிப்பட்டவர்கள்?" என்று கேட்டார்.

பதிலுக்கு அக்காப்பாளர், "சரி, சொல்கிறேன், முதலில் நீங்கள் வெரோனாவில் வசிப்பவர்கள் எப்படிப்பட்டவர்கள் என்று கூறுங்கள்," என்று கூறினார்.

"அவர்கள் மிகவும் அற்புதமானவர்கள்!" என்று பதிலளித்த அப்பயணி, "அவர்கள் பிறர்பால் அக்கறையுள்ளவர்கள், இளகிய மனம் படைத்தவர்கள், நட்பானவர்கள், பிறருக்காக எப்போதும் மனமுவந்து உதவுபவர்கள். அங்கிருந்து புறப்பட்டது எனக்கு மிகுந்த மனவருத்தத்தைக் கொடுத்தது," என்று கூறினார்.

"அப்படியானால் உங்களுக்கு வெனிஸை மிகவும் பிடிக்கும். அங்குள்ள மக்களும் அப்படிப்பட்டவர்கள்தாம்!" என்று அந்த விடுதிக் காப்பாளர் கூறினார்.

நீதி

மற்றவர்களை நீங்கள் எவ்வாறு நடத்துகிறீர்களோ, அதேபோலத்தான் அவர்களும் உங்களை நடத்துவர்.

மனித இயல்பின் மூன்று அடிப்படைகள்

1. முக்கியத்துவம் வாய்ந்தவராக உணர்வதன் முக்கியத்துவம்

"தான் முக்கியத்துவம் வாய்ந்தவர் என்ற உணர்வைப் பெறுதல், பிறரால் அங்கீகரிக்கப்படுதல், அவர்களால் பாராட்டப்படுதல் ஆகியவைதான் மனித இயல்பின் மிகப் பெரிய தேவைகளாகும்."

- தாமஸ் டூவீ

பசி போன்ற உடல்ரீதியான தேவைகளைவிட, தான் முக்கியமானவன் என்ற உணர்வு ஒருவனுக்கு ஏற்படுவதுதான் மனிதனின் மிகப் பெரிய தேவையாக இருக்கிறது. ஏனெனில், உணவு உட்கொண்ட பிறகு அவனுடைய பசி மறைந்துவிடுகிறது. அதேபோல, தான் முக்கியமானவன் என்ற உணர்வு ஒருவனுக்கு அன்பைவிட அதிக மேலானதாக இருக்கிறது. ஏனெனில், அன்பு கிடைத்தவுடன் அவன் திருப்தி அடைந்துவிடுகிறான். தான் முக்கியமானவன் என்ற உணர்வு ஒருவனுக்குப் பாதுகாப்பு உணர்வைவிடவும் அதிக மேலானதாக இருக்கிறது. ஏனெனில், அவனுக்குத் தேவையான பாதுகாப்பு அவனுக்குக் கிடைத்தவுடன், பாதுகாப்பு இனியும் அவனுக்கு ஒரு பிரச்சனையாக இருப்பதில்லை.

தான் முக்கியத்துவம் வாய்ந்தவன் என்ற உணர்வு தனக்கு இருக்க வேண்டும் என்ற ஆழமான விருப்பம் மனிதனிடம் எப்போதும் வலுவாக இருந்து கொண்டே இருக்கிறது. புகழ்மிக்க ஆடைத் தயாரிப்பு நிறுவனங்களால் வடிவமைக்கப்பட்டிருக்கும் ஆடைகளை அணியவும், நவீனமான கார்களை வாங்கவும்,

தங்கள் பெயருக்குப் பின்னால் ஏதாவது ஒரு பட்டத்தைப் போட்டுக் கொள்ளவும், தங்கள் குழந்தைகளைப் பற்றிப் பெருமையாகப் பேசிக் கொள்ளவும் அந்த விருப்பம்தான் அவர்களைத் தூண்டுகிறது. சிறுவர்கள் தங்களைப் போக்கிரிக் கும்பல்களுடன் இணைத்துக் கொள்வதற்கும் அதுதான் அவர்களைத் தூண்டுகிறது. சிலர் குற்றச் செயல்களில் ஈடுபடவும் அதுதான் அவர்களைத் தூண்டுகிறது.

நீண்டகாலத் திருமண உறவுகளிலிருந்து பிரிந்து போகப் பெண்களைத் தூண்டுவது, அவர்கள் தங்களுடைய துணைவர்களால் மோசமாகவும் குரூரமாகவும் நடத்தப்படுவதோ அல்லது அடக்கி ஆளப்படுவதோ அல்ல என்று ஆய்வுகள் தெரிவிக்கின்றன. அவர்கள் பாராட்டப்படாமல் இருப்பதே அவர்கள் தங்கள் கணவன்மார்களிடமிருந்து பிரிவதற்கான முதன்மையான காரணமாகும். பிறரால் அங்கீகரிக்கப்படுதல், முக்கியமானவராகக் கருதப்படுதல் போன்ற உணர்வுகள் மிகவும் சக்திவாய்ந்தவை. தாங்கள் முக்கியத்துவம் வாய்ந்தவர்கள் என்ற உணர்வை மற்றவர்களிடம் உங்களால் ஏற்படுத்த முடிந்தால், அவர்கள் உங்களிடம் மிகவும் நேர்மறையாக நடந்து கொள்வர்.

2. மக்களுடைய முதன்மையான விருப்பம் தங்கள்மீதுதான்

பிறர் பொதுவாக உங்களைவிடத் தங்கள்மீதுதான் அதிக ஆர்வம் கொண்டுள்ளனர். எனவே, நீங்கள் பிறரோடு பேசும்போது அவர்களைப் பற்றிப் பேசுவதை உங்களுடைய முக்கிய இலக்காக வைத்துக் கொள்ள வேண்டும்.

ஒருவரோடு நீங்கள் பேசும்போது –

அவர்களுடைய உணர்வுகளைப் பற்றியும்,
அவர்களுடைய குடும்பத்தைப் பற்றியும்,
அவர்களுடைய நண்பர்களைப் பற்றியும்,
அவர்களுடைய சமுதாய அந்தஸ்து பற்றியும்,
அவர்களுடைய தேவைகளைப் பற்றியும்,
அவர்களுடைய கருத்துக்களைப் பற்றியும்,
அவர்களுடைய உடைமைகளைப் பற்றியும்

மட்டுமே நீங்கள் பேச வேண்டும். அவர்கள் கேட்டால் ஒழிய நீங்கள் உங்களைப் பற்றிப் பேசக்கூடாது.

இதை வேறு விதமாகக் கூற வேண்டும் என்றால், அடிப்படையில் மக்கள் ஒருவருடன் பேசும்போது தங்களுக்கு

அதில் என்ன இருக்கிறது என்பதில்தான் அதிக ஆர்வம் கொண்டிருப்பார்கள். நீங்கள் மக்களுடன் சிறப்பாகத் தொடர்பு ஏற்படுத்திக் கொள்ள விரும்பினால், இந்த அடிப்படை விதியை மனத்தில் வைத்தே நீங்கள் அவர்களை அணுக வேண்டும். ஒருவரோடு நீங்கள் உரையாடும்போது அவர் உங்களைப் பற்றி எதுவும் கேட்கவில்லை என்றால், உங்களைப் பற்றித் தெரிந்து கொள்ள அவருக்கு ஆர்வம் இல்லை என்பதை நீங்கள் புரிந்து கொள்ள வேண்டும். அச்சமயத்தில் நீங்களாகவே உங்களைப் பற்றி பேச முன்வருவதை நீங்கள் தவிர்க்க வேண்டும்.

மனித இயல்பு பற்றிய இந்த அடிப்படை விதி பலருக்கு ஏமாற்றம் அளிப்பதாக இருக்கக்கூடும். அவர்களுடைய பார்வையில் இப்படிப்பட்ட நபர்கள் சுயநலம் மிக்கவர்களாகத் தெரியக்கூடும். ஏனெனில், கைமாறு எதிர்பாராமல் அடுத்தவருக்குத் தன்னால் இயன்றதை முழுமையாகச் செய்ய வேண்டும் என்று நம்புவதுதான் நாகரீகமானதாகக் கருதப்படுகிறது. சுயநலமின்றி மற்றவர்களுக்கு உதவுகின்றவர்களில் பெரும்பான்மை மக்கள், "நீங்கள் மற்றவர்களுக்குச் செய்கின்ற நற்செயல்கள் பின்னொரு சமயம் ஏதாவது ஒரு வழியில் வட்டியும் முதலுமாக உங்களுக்கு வெகுமதிகளைக் கொண்டுவரும்," என்ற அடிப்படை விதியை முழுமையாகப் புரிந்து வைத்துள்ளனர். ஆனால் வாழ்க்கையில் நாம் மேற்கொள்ளும் ஒவ்வொரு நடவடிக்கையும் சுயநலத்தால் உந்தப்பட்டுச் செய்யப்படுகிறது என்பதுதான் உண்மை. உள்ளூர் சமய நிறுவனத்திற்கு நீங்கள் அளிக்கும் நன்கொடைகூட சுயநலத்தின் அடிப்படையிலேயே கொடுக்கப்படுகிறது. நன்கொடை கொடுக்கும்போது உங்களுக்கு ஏற்படும் தாராள மனப்பான்மை உணர்வுதான் அது. உங்கள் பெயரைத் தெரிவிக்காமலேயே நீங்கள் அந்த நன்கொடையை அளித்தாலும், நீங்கள் நன்கொடை கொடுத்திருக்கிறீர்கள் என்ற எண்ணம் உங்களிடம் இருக்கும். கடவுளை மகிழ்ச்சிப்படுத்துவதற்குத் தன்னை அர்ப்பணித்துக் கொண்ட மனநிறைவு தனக்குக் கிடைக்கும் என்பதால் அன்னை தெரசா தன் வாழ்நாள் முழுவதையும் பிறருக்குச் சேவை செய்வதில் செலவிட்டார். இந்த நடவடிக்கைகள் அனைத்தும் நேர்மறையானவையே என்பதை இங்கு குறிப்பிட்டாக வேண்டும்.

பிறர் சுயநலமின்றி நடந்து கொள்ள வேண்டும் என்று எதிர்பார்க்கின்றவர்கள் தொடர்ந்து ஏமாற்றத்தையே சந்திப்பர். நாம் இது குறித்து சங்கடப்படவோ அல்லது மன்னிப்புக் கேட்கவோ தேவையில்லை. வாழ்க்கை எப்போதும் இப்படித்தான் இருக்கிறது. சுயநலத்துடன் இயங்குவது உயிர்

பிழைத்திருப்பதோடு நேரடியாகத் தொடர்புடையது. அது நம்முடைய மூளையில் ஆழமாகப் பதிந்துள்ளது. மனிதன் தோன்றிய காலந்தொட்டே அது அடிப்படையான மனித இயல்பாக இருந்து வருகிறது. மனித இனம் தன்னைப் பேணிக் கொள்வதற்கு அது இன்றியமையாத ஒன்றாகும். நம்முடைய நலனுக்குத்தான் நாம் முன்னுரிமை கொடுக்கிறோம் என்ற அடிப்படை உண்மையைப் புரிந்து கொள்வது, பிறருடனான நம்முடைய உறவைப் பேணி வளர்ப்பதற்கு இன்றியமையாதது.

அடுத்த முப்பது நாட்களுக்குத் தொடர்ந்து தினமும் பாராட்டுதல், அங்கீகரித்தல் போன்றவற்றின் மூலம் பிறருக்கு முக்கியத்துவம் அளித்து வாருங்கள். முப்பது நாட்களுக்குப் பிறகு அது ஒரு பழக்கமாக உங்களுடன் ஒட்டிக் கொள்ளும். பிறகு அது உங்களுடைய இயல்பாக ஆகிவிடும்.

---

3. சமமான பதிலீடுகளை வழங்கும் இயற்கை விதி

தனக்கு ஏதேனும் ஒன்றை வழங்கியவருக்கு அதற்கு ஈடான ஒன்றைக் கொடுத்துவிட வேண்டும் என்ற தீவிரமான ஆழ்மனரீதியான உந்துதல் நம் ஒவ்வொருவரிடமும் இருக்கிறது. நீங்கள் யாராவது ஒருவருக்கு எதையாவது கொடுத்து அது அவருக்குப் பிடித்திருந்தால், உங்களுக்குப் பிடித்த ஒரு விஷயத்தைச் செய்யவோ அல்லது உங்களுக்குப் பிடித்த ஒன்றை உங்களுக்குக் கொடுக்கவோ அவர் விரும்புவார். எடுத்துக்காட்டாக, தான் வாழ்த்து அட்டை அனுப்பியிராத ஒருவரிடமிருந்து ஒரு வாழ்த்து அட்டையைப் பெறுகின்ற ஒருவர், பதிலுக்கு அந்நபருக்கு ஒரு வாழ்த்து அட்டையை அனுப்ப விழைவார்.

யாரோ ஒருவருக்கு நீங்கள் ஒரு நன்மை செய்தால், பதிலுக்கு உங்களுக்கு ஒரு நல்ல காரியம் செய்வதற்கான ஒரு வாய்ப்பிற்காக அவர் காத்துக் கொண்டிருப்பார். நீங்கள் யாரையாவது பாராட்டினால், அதை அவர் விரும்புவதோடு மட்டுமல்லாமல், பதிலுக்கு உங்களைப் பாராட்டவும் முனைவார். அதே சமயம், நீங்கள் மற்றவர்களிடமிருந்து விலகித் தனிமையாக இருந்தால், நீங்கள் நட்பு கொள்ள விரும்பாத ஒரு நபர் என்று உங்களைப் பற்றி எண்ணி யாரும் உங்களிடம் நட்பு கொள்ள விரும்ப மாட்டார்கள். நீங்கள் பிறரை நிராகரிக்கும் விதமாக நடந்து கொண்டால், நீங்கள் இங்கிதமற்றவர், மரியாதையற்றவர் என்று

கருதி உங்களிடம் அவர்கள் அதேபோல நடந்து கொள்வர். நீங்கள் ஒருவரை அவமதித்தால் பதிலுக்கு அவர் உங்களை அவமதிக்க முயற்சிப்பார். ஆனால் நீங்கள் ஒரு நேர்மறையான காரியத்தை ஒருவருக்குச் செய்தால், அதே போன்ற நேர்மறையான ஒரு விஷயம் ஏதோ ஒரு சமயத்தில் பதிலுக்கு உங்களுக்குக் கிடைக்கும். அதே நேரத்தில், நீங்கள் ஒருவருக்கு எதிர்மறையான காரியம் ஒன்றைச் செய்தால், அதைவிடப் பல மடங்கு அதிக எதிர்மறையான ஒன்றை நீங்கள் பெறுவீர்கள். இது ஓர் இயற்கை விதி. இது ஒருபோதும் பிசகுவதில்லை.

நீங்கள் பிரபலமானவராக விளங்க வேண்டுமென்றால், எப்போதும் பிறரை உங்களைவிட அதிக முக்கியமானவராக உணரச் செய்யுங்கள். அவர்களைவிட நீங்கள் மேம்பட்டவர் என்பதுபோல நீங்கள் நடந்து கொண்டால், தங்களைத் தாழ்ந்தவர்போல நீங்கள் நடத்துவதாக அவர்கள் நினைத்துக் கொள்வர் அல்லது உங்கள்மீது பொறாமை கொள்வர். நேர்மறையான உறவுகளை வளர்த்துக் கொள்வதற்கு இந்தப் போக்கு உதவாது.

எடுத்துக்காட்டாக, ஓர் உணவகத்தில் உங்களுக்குச் சிறப்பான உணவு வழங்கப்படும்போது, அல்லது விமானத்தில் நீங்கள் சாப்பிட்டு முடித்தவுடன் உங்கள் தட்டை எடுத்துச் செல்ல ஓர் ஊழியர் வரும்போது, அல்லது ஒரு கடை ஊழியர் உங்களிடம் நலன் விசாரிக்கும்போது, நீங்கள் ஒரு புன்னகையோடு அவர்களுக்கு நன்றி கூறலாம்.

நீங்கள் இந்த அடிப்படை விஷயங்களைப் புரிந்து கொண்டு அவற்றை உங்கள் வாழ்வில் கடைபிடித்தால், பிறரிடம் செல்வாக்குடன் திகழ்வதற்கான உங்களுடைய சக்தியைக் கண்டு நீங்களே வியப்பீர்கள்.

ரத்தினச்சுருக்கமாக

1. முக்கியத்துவம் வாய்ந்தவராக உணர்வதன் முக்கியத்துவம்

தாங்கள் முக்கியத்துவம் வாய்ந்தவர்கள் என்ற உணர்வை மற்றவர்களிடம் உங்களால் ஏற்படுத்த முடிந்தால், அவர்கள் உங்களிடம் மிகவும் நேர்மறையாக நடந்து கொள்வர்.

2. மக்களுடைய முதன்மையான விருப்பம் தங்கள்மீதுதான்

பிறர் என்ன நினைப்பார்கள், அவர்களுக்கு என்ன வேண்டும் என்ற கண்ணோட்டத்தில் நீங்கள் அவர்களை அணுக வேண்டும்.

3. சமமான பதிலீடுகளை வழங்கும் இயற்கை விதி

நீங்கள் பிறருக்கு எதைக் கொடுத்தாலும், பின்னர் என்றாவது ஒருநாள் பல மடங்காக அது உங்களிடம் திரும்பி வரும்.

பகுதி 1

தாங்கள் முக்கியமானவர்கள் என்ற உணர்வைப் பிறரிடம் ஏற்படுத்துதல்

1

மனபூர்வமான பாராட்டுக்களை வழங்குவது எப்படி

நீங்கள் பிறருக்குப் பாராட்டுக்களை வழங்கும்போது, அவர்கள்பால் புரிதல் உள்ளவராக, அவர்கள்மீது அனுதாபம் காட்டுகின்றவராக, வசீகரமானவராக நீங்கள் பார்க்கப்படுவீர்கள். எனவே, உங்களுடைய வாழ்க்கைத் துணைவர், உங்களுடைய குழந்தைகள், உங்கள் சக ஊழியர்கள், உங்களுக்குக் கீழே வேலை பார்ப்பவர்கள், உங்கள் மேலதிகாரிகள், உங்கள் எஜமானர், உங்களுடைய வாடிக்கையாளர்கள், அஞ் சல்காரர், தோட்டக்காரர், நீங்கள் புதிதாக சந்திக்கின்ற அந்நியர்கள் ஆகியோர் உட்பட அனைவரையும் பாராட்டுங்கள். நீங்கள் சந்திக்கின்ற ஒவ்வொருவரிடமும் நீங்கள் கவனித்துப் பாராட்டக்கூடிய ஏதாவது ஓர் அம்சம் கண்டிப்பாக இருக்கும். உங்களைப் பொருத்தவரை அது முக்கியமற்றதாகவோ அல்லது அற்பமானதாகவோ இருந்தாலும், அதைப் பற்றிக் கவலைப்படாமல் அவரை அது குறித்துப் பாராட்டுங்கள். நீங்கள் சந்திக்கும் அனைவரிடமும் தாங்கள் சிறப்பானவர்கள் என்ற உணர்வை உங்களால் ஏற்படுத்த முடிந்தால், முற்றிலும் வித்தியாசமான புதியதோர் உலகம் உங்களுக்காகத் தன் கதவைத் திறக்கும் என்று நாங்கள் உத்தரவாதம் அளிக்கிறோம்.

நேரடியான மற்றும் நேர்மறையான பாராட்டுக்கள்தான் ஒருவரை நீங்கள் மெச்சுகிறீர்கள் என்பதைத் தெரிவிப்பதற்கான எளிய வழி. பிறருடைய நடத்தையை, தோற்றத்தை அல்லது அவர்களுடைய உடமையை நீங்கள் வியந்து போற்றுகிறீர்கள் என்பதை இது நேரடியாக அவரிடம் தெரிவிக்கிறது.

எடுத்துக்காட்டாக:

நடத்தை:   நீங்கள் ஒரு சிறந்த பயிற்றுவிப்பாளர்.

தோற்றம்:   உங்கள் சிகையலங்காரம் வசீகரமாக உள்ளது.

உடைமைகள்:   உங்கள் தோட்டம் கண்ணுக்குக் குளிர்ச்சியாக இருக்கிறது.

மேலே குறிப்பிடப்பட்டுள்ள மூன்று பாராட்டுக்களில், ஒருவருடைய நடத்தை குறித்தப் பாராட்டுதான் மிகுந்த தாக்கம் விளைவிக்கும் ஒன்றாக இருக்கும். கீழ்க்கண்ட இரண்டு உத்திகளைப் பயன்படுத்தினால், இதுபோன்ற பாராட்டுக்கள் இன்னும் வலிமையானவையாக இருக்கும்.

1. ஒருவருடைய பெயரைப் பயன்படுத்துதல்

நீங்கள் ஒருவருடன் உரையாடும்போது அவருடைய பெயரைப் பயன்படுத்தினால், அதைத் தொடர்ந்து பேசப்படும் விஷயங்களில் அவர் தீவிர ஈடுபாடு காட்டுவார். ஓர் உரையாடலின்போது ஏதாவது ஒரு முக்கியமான விஷயத்தை நீங்கள் வலியுறுத்த விரும்பினால், நீங்கள் பேசிக் கொண்டிருக்கும் நபரின் பெயரைப் பயன்படுத்துங்கள். அப்போது அவர் அவ்விஷயத்தின்மீது அதிக கவனம் செலுத்துவார், அதை வெகுவாக நினைவில் வைத்திருப்பார்.

2. ஏன்/எதற்காக என்ற உத்தியைப் பயன்படுத்துதல்

பெரும்பாலான பாராட்டுக்கள் எடுபடாமல் போவதற்கு முக்கியக் காரணம், எது பாராட்டப்படுகிறது என்பது குறிப்பிடப்பட்டாலும் அது ஏன் பாராட்டப்படுகிறது என்பது தெளிவாகக் கூறப்படுவதில்லை. பாராட்டுக்கள் பலனளிக்க வேண்டும் என்றால் அவை உண்மையானவையாக இருக்க வேண்டும். நீங்கள் எதைப் பாராட்டுகிறீர்கள் என்பதை மட்டுமே சொல்வது பெரும்பாலான சமயங்களில் முகஸ்துதியாக எடுத்துக் கொள்ளப்படுகிறது. அதனால் அது எடுபடாமல் போய்விடுகிறது. எனவே, நீங்கள் ஒருவரைப் பாராட்டும்போது, அவரை எதற்காகப் பாராட்டுகிறீர்கள் என்பதை நீங்கள் கண்டிப்பாகக் குறிப்பிட வேண்டும். எடுத்துக்காட்டாக:

நடத்தை:   "ஆலன், நீங்கள் ஒரு சிறந்த பயிற்றுவிப்பாளர். நீங்கள் எங்கள்

ஒவ்வொருவர்மீதும் தனிப்பட்ட கவனம் செலுத்துகிறீர்கள்."

தோற்றம்: "மேரி, உங்களுடைய சிகையலங்காரம் பிரமாதமாக இருக்கிறது. அது உங்களுடைய வசீகரமான கண்களை எடுப்பாகக் காட்டுகிறது."

உடைமைகள்: "ஜான், உங்கள் வீட்டுத் தோட்டம் மிக அழகாக இருக்கிறது. அதைச் சுற்றியுள்ள சூழலோடு அது கச்சிதமாகப் பொருந்துகிறது."

உரையாடல்களின்போது உங்களுடன் பேசிக் கொண்டிருப்பவர்களின் பெயர்களைப் பயன்படுத்துங்கள். நீங்கள் அவர்களை ஏன் பாராட்டுகிறீர்கள், எதற்காகப் பாராட்டுகிறீர்கள் என்பதை அவர்களிடம் தெரிவியுங்கள். அப்போது அவர்கள் உங்களையும் நீங்கள் கூறுவதையும் வெகுகாலம் நினைவில் வைத்திருப்பர். நேர்மையற்ற ஒரு பாராட்டை ஒருபோதும் தெரிவிக்காதீர்கள். அது வெறும் முகஸ்துதி. அதைப் பிறரால் எளிதாகக் கண்டுபிடித்துவிட முடியும். ஒருவர் தன்னைப் பற்றி என்ன நினைத்துக் கொண்டிருக்கிறாரோ அதையே நீங்கள் அவரிடம் கூறுவதற்குப் பெயர்தான் முகஸ்துதி.

மூன்றாம் நபர் மூலமாகக் கூறப்படும் பாராட்டுக்கள்

நீங்கள் யாரைப் பாராட்ட வேண்டும் என்று நினைக்கிறீர்களோ அவரை நேரடியாகப் பாராட்டாமல், உங்கள் பாராட்டு அவரைச் சென்றடையும் விதத்தில் ஒரு மூன்றாவது நபரிடம் அதைத் தெரிவிப்பதுதான் மூன்றாம் நபர் மூலமாக கூறப்படும் பாராட்டு ஆகும். நீங்கள் பாராட்ட விரும்புகின்ற நபரின் காதுபட அவரைப் பற்றி நீங்கள் இன்னொருவரிடம் புகழ்ந்து பேசலாம். அல்லது அந்நபரின் நண்பரிடமோ அல்லது வேறு யாராவது உளறுவாயிடமோ நீங்கள் அந்நபரைப் பாராட்டிப் பேசலாம். நீங்கள் பாராட்ட விரும்புகின்ற நபரிடம் உங்கள் பாராட்டை எடுத்துச் செல்கின்ற ஒருவராக அவர் இருக்க வேண்டும். ஒருவரைத் தனிப்பட்ட முறையில் பாராட்டுவதைவிடவும், பலருக்கும் தெரியும் வகையில், அவர் அங்கு இல்லாமல் இருக்கும்போது அவரைப் பாராட்டிப் பேசுவது அதிக நம்பத்தக்கதாகவும் அதிக மதிப்புமிக்கதாகவும் இருக்கும்.

மூன்றாம் நபரின் பாராட்டை சம்பந்தப்பட்ட நபரிடம் தெரிவிப்பது

ஒருவரின் நடத்தை, தோற்றம் அல்லது உடமை குறித்து வேறொருவர் உங்களிடம் பாராட்டிப் பேசுவதை சம்பந்தப்பட்ட நபரிடம் தெரிவிப்பது இது.

எடுத்துக்காட்டாக:

"லாரன்ஸ், உங்களை யாராலும் தோற்கடிக்க முடியாது என்பதால், நம்முடைய குழுவிலேயே நீங்கள்தான் சிறந்த விளையாட்டு வீரர் என்று ஜான் கூறினார். உங்கள் ரகசியம் என்ன?"

முன்பின் தெரியாத ஒருவரை நேரில் சந்திக்க அனுமதி கேட்டுத் தொலைபேசியில் அவரைத் தொடர்பு கொள்ளும் நபர் இவ்வாறு கூறலாம்:

"ஜான்சன் அவர்களே, நீங்கள்தான் இந்த நகரிலேயே மிகச் சிறந்த கணக்காளர் என்றும், நீங்கள் எப்போதும் சிறப்பான விளைவுகளைப் பெற்றுத் தருகிறீர்கள் என்றும் நான் கேள்விப்பட்டேன். அது உண்மைதானா?"

பொதுவாக இது அந்நபரை ஆசுவாசப்படுத்தி அவரிடம் ஒரு புன்னகையை வரவழைக்கும்.

பாராட்டை ஏற்றுக் கொள்வது எப்படி

யாராவது உங்களைப் பாராட்டும்போது

1. அதை ஏற்றுக் கொள்ளுங்கள்
2. அதற்காக நன்றி தெரிவியுங்கள்
3. உங்கள் உண்மைத்தன்மையை நிரூபியுங்கள்

எடுத்துக்காட்டாக:

நெல்சன்: "ஜார்ஜ், உங்களுடைய கார் பார்ப்பதற்குப் பளிச்சென்று இருக்கிறது."

ஜார்ஜ்: "நன்றி, நெல்சன். நான் தினமும் அதை நன்றாகக் கழுவி, மெழுகைக் கொண்டு பளிச்சூட்டுகிறேன். நீங்கள் அதை கவனித்துள்ளது குறித்து நான் மகிழ்ச்சி அடைகிறேன். நன்றி."

பிறருடைய பாராட்டை நீங்கள் ஏற்றுக் கொள்வது என்பது நீங்கள் உங்களைக் குறித்து ஒரு நல்ல சுயபிம்பத்தைக் கொண்டிருக்கிறீர்கள் என்பதை வெளிக்காட்டுகிறது. அதே

சமயம், நீங்கள் ஒருவருடைய பாராட்டை நிராகரித்தால், நீங்கள் தன்னையே நிராகரிப்பதாக அந்நபர் எடுத்துக் கொள்வார்.

தினமும் குறைந்தபட்சம் மூன்று பேரையாவது அவர்களுடைய நடத்தை, தோற்றம், அல்லது உடைமை குறித்துப் பாராட்டுகின்ற பழக்கத்தை இன்றே துவக்குங்கள். அதற்கு அவர்கள் எப்படி எதிர்வினை ஆற்றுகின்றனர் என்று கவனியுங்கள். பாராட்டைப் பெறுவதைவிட அதைக் கொடுப்பது அதிகப் பலனளிக்கும் ஒன்றாக இருப்பதை நீங்கள் விரைவில் கண்டுகொள்வீர்கள்.

2

திறமையுடன் காதுகொடுத்துக் கேட்பது எப்படி

நன்றாக பேசக்கூடிய பலரை நாம் எல்லோரும் அறிவோம். ஆனால் நன்றாகக் காதுகொடுத்துக் கேட்கக்கூடியவர்களை நாம் அபூர்வமாகவே சந்திக்கிறோம். மற்றவர்கள் பேசும்போது குறுக்கிடாமல் கவனமாகக் காதுகொடுத்துக் கேட்பவர்தான் உண்மையில் அற்புதமான உரையாடலாளர்.

நன்றாகப் பேசக்கூடியவர்களைவிட நன்றாகச் செவிமடுக்கக்கூடியவர்கள் முதல் சந்திப்பிலேயே எல்லோருடைய மனத்தையும் கொள்ளை கொண்டுவிடுகின்றனர். மருத்துவர்களை நாடிச் செல்பவர்களில் நாற்பது சதவீதத்திற்கும் மேற்பட்டவர்கள் தங்களுடைய நோய்க்காக அவர்களிடம் செல்வதில்லை. தாங்கள் கூறுவதை அவர்கள் காதுகொடுத்துக் கேட்பர் என்ற காரணத்தினால்தான் அவர்கள் மருத்துவர்களிடம் செல்கின்றனர்.

பெரும்பாலான சமயங்களில், கோபமாக உள்ள வாடிக்கையாளர்கள், அதிருப்தி அடைந்துள்ள ஊழியர்கள், மனவருத்தம் கொண்டுள்ள நண்பர்கள் போன்றவர்கள் வெறுமனே தங்களுடைய பிரச்சனைகளை யாரிடமாவது கொட்டித் தீர்க்க விரும்புகின்றனர், அவ்வளவுதான்.

ஒரு நல்ல உரையாடலாளராக இருக்க வேண்டும் என்றால், முதலில் நீங்கள் பிறர் பேசுவதை நன்றாகக் காதுகொடுத்துக் கேட்பவராக இருக்க வேண்டும்.

காதுகொடுத்துக் கேட்பதைவிட மூன்று மடங்கு வேகமாக நம்மால் சிந்திக்க முடியும். அதனால்தான் பிறர் பேசுவதைக் காதுகொடுத்துக் கேட்பது பலருக்குக் கடினமானதொரு செயலாக இருக்கிறது. வணிகத்தைப் பொருத்தவரை, நீங்கள் உங்கள் பொருளையோ அல்லது உங்கள் சேவையையோ அல்லது உங்கள் யோசனையோ பிறரிடம் விற்பதற்கு முன்பாக,

முதலில் உங்களை நீங்கள் விற்பனை செய்ய வேண்டும். 'காதுகொடுத்துக் கேட்டல்' என்று அது அழைக்கப்படுகிறது. முதலில் நீங்கள் உங்களை விற்க வேண்டும். அப்படிச் செய்தால், உங்களுடைய வாடிக்கையாளராக ஆக வாய்ப்புள்ளவரிடம் பொருத்தமான கேள்விகளைக் கேட்டு, அவருடைய தேவைகள் என்ன என்பதை உங்களால் கண்டுபிடிக்க முடியும்.

திறமையுடன் காதுகொடுத்துக் கேட்பதற்கான 5 பொன் விதிகள்

1. உன்னிப்பாக கவனிக்கும் உத்தியைப் பயன்படுத்துங்கள்

உன்னிப்பாக கவனிக்கும் உத்தியானது தொடர்ந்து பேசுவதற்குப் பிறரை ஊக்குவிப்பதோடு, அவர் பேசுவதை நீங்கள் கவனமாகக் கேட்டுக் கொண்டிருக்கிறீர்கள் என்பதையும் அவருக்குப் புரிய வைக்கும்.

நீங்கள் பேசிக் கொண்டிருக்கும் நபர் உங்களிடம் என்ன பேசிக் கொண்டிருக்கிறாரோ அதை அவரிடமே சுருக்கமாகத் தெரிவியுங்கள். மறக்காமல் 'நீங்கள்' என்ற வார்த்தையைச் சேர்த்துக் கொள்ளுங்கள்.

இதோ ஓர் எடுத்துக்காட்டு:

மார்க்: "எங்கள் நிறுவனத்தில் 1,200 பேருக்கு அதிகமானோர் வேலை பார்க்கின்றனர். அதனால் இங்கு முன்னேறுவது என்பது கிட்டத்தட்ட இயலாத காரியம்."

மெலிஸா: "நீங்கள் பெரிதும் சலிப்படைந்துள்ளதுபோலத் தெரிகிறது."

மார்க்: "அது உண்மைதான். பதவி உயர்வுக்கான நேர்முகத் தேர்வுகளுக்கு நான் சென்றாலும் அப்பதவிகள் எனக்குக் கிடைப்பதில்லை."

மெலிஸா: "உங்களை வேண்டுமென்றே சுற்றவிடுகிறார்கள் என்று நீங்கள் நினைக்கிறீர்களா?"

மார்க்: "சரியாகச் சொன்னீர்கள். அவர்கள் எதிர்பார்க்கும் அளவுக்கு நான் இல்லையென்றால், நேரடியாக என்னிடம் சொல்லிவிடலாமே?"

மெலிஸா: "மற்றவர்கள் உங்களிடம் நேர்மையாக இருக்க வேண்டும் என்று நீங்கள் எதிர்பார்க்கிறீர்களா?"

மார்க்: "ஆமாம். அது மட்டுமல்ல. நான் . . ."

ஒருவர் கூறியதை நீங்கள் துல்லியமாகப் புரிந்து கொள்ளவில்லை என்று நீங்கள் நினைத்தால், உங்கள் பேச்சின் இறுதியில், "நான் சொல்வது சரிதானே?" என்ற வாக்கியத்தையோ அல்லது "அப்படித்தானே?" என்ற வார்த்தையையோ சேர்த்துக் கொள்ளுங்கள்.

எடுத்துக்காட்டாக:

மெலிஸா: "மற்றவர்கள் உங்களிடம் நேர்மையாக இருக்க வேண்டும் என்று நீங்கள் எதிர்பார்க்கிறீர்கள், அப்படித்தானே?"

உன்னிப்பாக கவனிக்கும் உத்தியை நீங்கள் பயன்படுத்தினால், நீங்கள் உரையாடிக் கொண்டிருக்கும் நபர் உங்களிடம் மனம் திறந்து பேசுவார். ஏனெனில், இப்படிச் செய்யும்போது நீங்கள் அவரை விமர்சிப்பதோ அல்லது உங்கள் அபிப்பிராயங்களை அவரிடம் திணிப்பதோ இல்லை. அதோடு, இந்த உத்தியை நீங்கள் பின்பற்றினால், ஒருவரிடம் உரையாடிக் கொண்டிருக்கும்போது அடுத்து நீங்கள் என்ன பேச வேண்டும் என்று நீங்கள் திண்டாட வேண்டிய தேவையும் இருக்காது.

2. சிக்கனமான ஊக்குவிப்பு வார்த்தைகளைப் பயன்படுத்துங்கள்

மற்றவர்கள் உங்களுடன் பேசிக் கொண்டிருக்கும்போது, சிக்கனமான ஊக்குவிப்பு வார்த்தைகளைப் பயன்படுத்தி அவர்கள் தொடர்ந்து பேச அவர்களை ஊக்குவியுங்கள்.

அப்படியா . . .

ஹும் . . . ஹும் . . .

உண்மையாகவா?

மேலே சொல்லுங்கள் . . .

சிக்கனமான ஊக்குவிப்பு வார்த்தைகள் பிறர் வழக்கமாகப் பேசுவதைவிட மூன்று மடங்கு அதிகமாகப் பேச அவர்களை ஊக்குவிக்கும். அப்போது அவர்கள் தங்களைப் பற்றிய அதிகமான தகவல்களை உங்களுக்குத் தருவார்கள்.

3. அடுத்தவர்களின் கண்களை நேருக்கு நேராகப் பார்த்துப் பேசுங்கள்

உங்களிடம் பேசிக் கொண்டிருப்பவர் உங்களுடைய கண்களை எவ்வளவு நேரம் நேரடியாகப் பார்த்துக்

கொண்டிருக்கிறாரோ, அதே அளவு நேரம் அவருடைய கண்களை நீங்களும் நேருக்கு நேராகப் பாருங்கள். அது உங்கள் இருவருக்கும் இடையே பரஸ்பரப் புரிதலை ஏற்படுத்தும்.

4. உங்களிடம் பேசிக் கொண்டிருக்கும் நபரை நோக்கி முன்னால் லேசாகச் சாய்ந்து காதுகொடுத்துக் கேளுங்கள்

பொதுவாக, நம்மிடம் பேசிக் கொண்டிருப்பவர்களின் உரையாடல் நமக்குப் பிடிக்காவிட்டால், நம்மையறியாமல் நாம் சற்றுப் பின்னால் சாய்ந்தபடி அவர் பேச்சைக் கேட்போம். அதனால் உங்களிடம் ஒருவர் பேசிக் கொண்டிருக்கும்போது அவரை நோக்கி முன்னால் லேசாகச் சாய்ந்து காதுகொடுத்துக் கேளுங்கள்.

5. குறுக்கே பேசாதீர்கள்

பேச்சை மாற்றத் துடிக்காதீர்கள். உங்களிடம் பேசிக் கொண்டிருப்பவர் தன் பேச்சை முழுவதுமாக முடிக்க அவருக்கு அவகாசம் கொடுங்கள்.

3

நன்றி என்ற சொல்லைச் சிறப்பாகப் பயன்படுத்துவது எப்படி

"நன்றி சொல்வது எப்படி என்று நான் கற்றுக் கொள்ள வேண்டுமா?" என்று உங்களில் சிலர் வியக்கலாம். ஆனால் உறவுகளை வளர்த்தெடுக்கும் கலையில் நீங்கள் தேர்ச்சி பெற விரும்பினால், சக்திமிக்க இத்திறமையை நீங்கள் வளர்த்துக் கொள்ள வேண்டியது அவசியம். மக்களுக்கு நன்றி சொல்வதற்கு உங்களுக்குக் கிடைக்கும் சந்தர்ப்பங்களை நீங்கள் ஒருபோதும் நழுவவிடக்கூடாது.

'நன்றி' கூறும்போது கவனிக்கப்பட வேண்டிய நான்கு முக்கிய அம்சங்கள்

1. நன்றி கூறும்போது அதைத் தெளிவாகக் கூறுங்கள்

ஒருவருக்கு நீங்கள் நன்றி கூறும்போது அதைத் தெளிவாக அவரிடம் கூறினால், நீங்கள் உண்மையிலேயே தனக்கு நன்றி தெரிவிக்கிறீர்கள் என்பதை அவர் சந்தேகத்திற்கு இடமின்றிப் புரிந்து கொள்வார். அதைக் கூறுவதில் நீங்கள் மகிழ்ச்சி அடைகிறீர்கள் என்பதை அவருக்கு நீங்கள் உணர்த்த வேண்டும். நீங்கள் ஒருவருக்கு நன்றி கூறும்போது, அருகிலிருப்பவர்கள் அதைக் கேட்க நேர்ந்தால், அதன் பலன் பல மடங்கு அதிகரிக்கும்.

2. நன்றி கூறும்போது அவரை நேருக்கு நேர் பார்த்து, அவரைத் தொட்டுக் கூறுங்கள்

நீங்கள் ஒருவரிடம் நன்றி கூறும்போது அவரை நேருக்கு நேர் பார்த்துக் கூறினால், நீங்கள் அது குறித்து நேர்மையாக இருக்கிறீர்கள் என்பதை அவர் புரிந்து கொள்வார். அப்போது

அவருடைய முழங்கையை நீங்கள் லேசாகத் தொட்டு அதைக் கூறினால் அது அவருடைய நினைவில் மேலும் ஆழமாகப் பதியும்.

3. நன்றி கூறும்போது அவருடைய பெயரைப் பயன்படுத்துங்கள்

வெறுமனே "நன்றி," என்று கூறுவதைவிட, "நன்றி, சூசன்," என்று கூறுவது அதிகப் பலனளிக்கும்.

4. கைப்பட நன்றிக் குறிப்பு ஒன்றை எழுதி அனுப்புங்கள்

உகந்த சூழல் இருக்கும்போது நன்றிக் குறிப்பு ஒன்றை நீங்கள் உங்கள் கைப்பட எழுதி அனுப்புவது சிறந்தது. அதற்கு அடுத்தது, நேரில் நன்றி கூறுவது. அது முடியாவிட்டால், தொலைபேசி வழியாக நன்றி கூறுங்கள். ஒன்றுமே கூறாமல் இருப்பதைவிட ஒரு 'குறுஞ்செய்தி' அனுப்புவது நல்லது.

நீங்கள் ஒருவரிடம் நன்றி தெரிவிக்கும்போது உண்மையுடன் நடந்து கொள்ளுங்கள். நீங்கள் கூறும் நன்றி உண்மையானதுதான் என்பதை அவர் உணர வேண்டும். நீங்கள் ஒப்புக்கு நன்றி கூறினால் உங்கள் உடல்மொழி அதைக் காட்டிக் கொடுத்துவிடும். 'நன்றி' என்ற அம்சத்தை எடுத்துச் செல்லும் ஒரு வாகனமாக நீங்கள் ஆகிவிடுங்கள். வெளிப்படையாகத் தெரியாத விஷயங்கள் குறித்தும் நன்றி தெரிவிப்பதற்கான வாய்ப்புகளுக்காக எப்போதும் காத்திருங்கள்.

4

மக்களுடைய பெயர்களை நினைவில் வைத்திருப்பது எப்படி

எல்லோருக்குமே தத்தம் பெயர்தான் உலகிலேயே மிகவும் இனிமையான வார்த்தையாகும். அவர்களுடைய அனைத்து அம்சங்களின் சாராம்சம் அது. நீங்கள் ஒருவரிடம் பேசும்போது அவரைப் பெயர் சொல்லி அழைத்து அதன் பிறகு நீங்கள் என்ன கூறினாலும் அதை அவர் கவனமாகக் கேட்பார் என்று ஆய்வுகள் தெரிவிக்கின்றன.

நாம் முதன்முறையாக ஒருவரை சந்தித்து அவரோடு உரையாடும்போது, நம்மில் பெரும்பாலானோர், நம்முடன் உரையாடிக் கொண்டிருப்பவரின் பெயரை உள்வாங்கிக் கொள்வதில்லை. நம்மைப் பற்றிய ஓர் உயர்ந்த பிம்பத்தை அவருடைய மனத்தில் பதிய வைப்பதில் அப்போது நாம் மும்முரமாக இருப்பதால் வரும் வினை இது. இதற்கு மறதி காரணமல்ல. அவர் தன் பெயரைக் கூறினாலும் அதை நாம் கவனமாகக் கேட்பதில்லை.

ஒருவருடைய பெயரை நினைவில் வைத்திருப்பதற்கு உதவக்கூடிய மூன்று வழிகள் இதோ:

1. அவருடைய பெயரை மீண்டும் மீண்டும் கூறிக் கொள்ளுங்கள்

நீங்கள் முதன்முதலாக ஒருவரை சந்திக்கும்போது அவருடைய பெயரை இரண்டு முறை உரக்கக் கூறி, அப்பெயரை நீங்கள் சரியாகக் கேட்டுள்ளதை உறுதிப்படுத்திக் கொள்ளுங்கள். அவருடைய பெயரை நீங்கள் நினைவில் வைத்திருக்க இந்த உத்தி உதவும். எடுத்துக்காட்டாக, சூசனிடம் யாராவது உங்களை அறிமுகப்படுத்தி வைத்து,

அவருடைய பெயரை உங்களிடம் கூறுவதாக வைத்துக் கொள்ளுங்கள். அப்போது நீங்கள் சூசனைப் பார்த்து, "சூசன், உங்களை சந்தித்ததில் எனக்கு மிக்க மகிழ்ச்சி," என்று கூறுங்கள். ஒருவேளை உங்களிடம் அறிமுகம் செய்து வைக்கப்படுகின்றவரின் பெயர் அசாதாரணமான ஒன்றாக இருந்தால், அவருடைய பெயரை எப்படி உச்சரிக்க வேண்டும் என்பதை அவரிடமே கேட்டுத் தெரிந்து கேளுங்கள். நீங்கள் அவருடைய பெயரை இன்னும் நன்றாக நினைவில் வைத்துக் கொள்ள இது உதவும்.

2. அவருடைய பெயரை ஏதாவது ஒரு பொருளுடன் தொடர்புபடுத்திக் கொள்ளுங்கள்

பெயர்கள் நம் நினைவில் நிற்காமல் போவதற்குக் காரணம் அவை பொருட்களைப்போல இல்லாமல் இருப்பதுதான். பொருட்களாக இருந்தால் நம் மனத்தால் அவற்றைக் காட்சிப்படுத்த முடியும். ஒருவருடைய பெயரை நினைவில் வைத்துக் கொள்வதற்கு, அவருடைய பெயரின் ஒலியோடு தொடர்புடைய பொருள் ஒன்றை உங்கள் மனத்தில் காட்சிப்படுத்திக் கொள்ளுங்கள். எடுத்துக்காட்டாக், மணியன் என்ற பெயரை மணியோடும், நல்லசிவம் என்ற பெயரை சிவன் சிலையோடும், பாலு என்ற பெயரைப் பாலோடும், நாகரத்தினம் என்ற பெயரைப் பாம்போடும் தொடர்புபடுத்திக் கொள்ளலாம்.

3. விநோதமான ஒரு காட்சியை மனத்தில் உருவாக்கிக் கொள்ளுங்கள்

இப்போது நீங்கள் சந்தித்திருக்கும் நபரை நீங்கள் கற்பனை செய்து வைத்திருக்கும் ஒரு பொருளோடு தொடர்புபடுத்தி, விநோதமான ஒரு காட்சியை உங்கள் மனத்தில் உருவாக்கிக் கொள்ளுங்கள். எடுத்துக்காட்டாக, மணியனின் காதுகள் பெரிதாக இருப்பதாக வைத்துக் கொள்வோம். அவருடைய ஒரு காதில் ஒரு மணி கட்டித் தொங்கவிடப்பட்டு இருப்பதாகக் காட்சிப்படுத்திக் கொள்ளுங்கள். நல்லசிவம் கருப்பாக இருந்தால், அட்டைக்கருப்பாக இருக்கும் ஒரு சிவன் சிலையைக் கற்பனை செய்து கொள்ளுங்கள். பாலுவின் நெற்றியில் வியர்வை வழிந்து கொண்டிருந்தால், அவருடைய நெற்றியில் பால் வடிவதாக உருவகித்துக் கொள்ளுங்கள். நாகரத்தினம் மிகவும் கோபமானவர்போலக் காட்சியளித்தால் சீறிப் பாயும்

ஒரு பாம்பை மனத்தில் கற்பனை செய்து கொள்ளுங்கள். உங்கள் கற்பனை எவ்வளவுக்கு எவ்வளவு வினோதமாக இருக்கிறதோ, அவ்வளவுக்கு அவ்வளவு அப்பெயர் உங்கள் நினைவில் பதிந்துவிடும்.

மேற்கூறப்பட்டவற்றை நடைமுறையில் பயன்படுத்திப் பாருங்கள். அப்போது மக்கள் திடீரென்று உங்களை மேதாவி என்று அழைக்கத் தொடங்குவர். அடுத்தவர்களின் பெயர்களைத் துல்லியமாக நீங்கள் நினைவில் வைத்திருக்க எந்த உத்தியைப் பயன்படுத்தினீர்கள் என்பதைத் தப்பித்தவறிக்கூட யாரிடமும் சொல்லிவிடாதீர்கள். நீங்கள் அதோடு காலியாகிவிடுவீர்கள்.

ரத்தினச்சுருக்கமாக

உத்தி 1. மனப்பூர்வமான பாராட்டுக்களை வழங்குவது எப்படி

- ஒருவருடைய நடத்தை, தோற்றம் அல்லது உடமைகளைப் பாராட்டுங்கள்.
- ஒருவரிடம் உங்களுக்கு எது பிடித்திருக்கிறது என்று கூறி, அது ஏன் உங்களுக்குப் பிடித்திருக்கிறது என்பதையும் கூறுங்கள்.
- அவருடைய பெயரிலிருந்து துவக்குங்கள்.
- பிறர் உங்களைப் பாராட்டினால், அதை மனமுவந்து ஏற்றுக் கொண்டு அவருக்கு நன்றி தெரிவியுங்கள்.

உத்தி 2. திறமையுடன் காதுகொடுத்துக் கேட்பது எப்படி

- உன்னிப்பாக கவனிக்கும் உத்தியைப் பயன்படுத்துங்கள். ஒருவர் கூறுவதை அவரிடமே திருப்பிக் கூறுங்கள். அப்போது 'நீங்கள்' என்ற வார்த்தையைச் சேர்த்துக் கொள்ளுங்கள்.
- ஒருவருடைய பேச்சில் குறுக்கிடாதீர்கள்.
- பேச்சை மாற்றாதீர்கள்.
- பேசிக் கொண்டிருப்பவர்கள் பேசி முடிக்கும்வரை காத்திருங்கள்.
- சிக்கனமான ஊக்குவிப்பு வார்த்தைகளைப் பயன்படுத்துங்கள்.

உத்தி 3. நன்றி என்ற சொல்லைச் சிறப்பாகப் பயன்படுத்துவது எப்படி

- 'நன்றி' என்ற வார்த்தையைத் தெளிவாகக் கூறுங்கள்.
- ஒருவருடைய கண்களை நேருக்கு நேராகப் பார்த்து, அவரை லேசாகத் தொட்டு அவருக்கு நன்றி கூறுங்கள்.
- அவருடைய பெயரைப் பயன்படுத்துங்கள்.
- நன்றி தெரிவித்து அவருக்கு ஒரு கடிதம் எழுதுங்கள்.

உத்தி 4. மக்களுடைய பெயர்களை நினைவில் வைத்திருப்பது எப்படி

* ஒருவருடைய பெயரை மீண்டும் மீண்டும் கூறிப் பழகுங்கள்.
* அவருடைய பெயரை ஒரு பொருளோடு தொடர்புபடுத்திக் கொள்ளுங்கள்.
* அவரோடு அப்பொருளைத் தொடர்புபடுத்தி ஒரு விநோதக் காட்சியை உங்கள் மனத்தில் உருவாக்கிக் கொள்ளுங்கள்.

பகுதி 2

மிகச் சிறந்த உரையாடலாளராக
இருப்பது எப்படி

5

மக்களுடன் சுவாரசியமாகப் பேசுவது எப்படி

மக்கள் தங்களுக்கு மிகவும் பிடித்தமான விஷயங்களைப் பேசுபவர்களை சுவாரசியமான பேச்சாளர்களாகக் கருதுகின்றனர். மக்களுக்குப் பிடித்தமான விஷயம் எது தெரியுமா? பிறர் தங்களைப் பற்றிப் பேசுவதுதான் அது. நீங்கள் பிறரைப் பற்றி மூன்று வழிகளில் பேசலாம்.

1. பிறரிடம் ஆர்வம் காட்டுங்கள், தங்களைப் பற்றிப் பேச அவர்களை ஊக்குவியுங்கள்.

பெரும்பாலான மக்கள், ஆப்பிரிக்காவில் எய்ட்ஸ் நோயால் எத்தனைப் பேர் இறந்து கொண்டிருக்கிறார்கள் என்பதைப் பற்றிக் கவலைப்படுவதைவிட, தங்களுடைய முகத்தின்மீது இருக்கும் ஒரு பருவைப் பற்றித்தான் அதிகம் கவலைப்படுகின்றனர். மக்கள் உங்கள்மீது ஆர்வம் கொள்வதற்கு நீங்கள் பத்து வருடங்கள் தொடர்ந்து முயற்சி செய்தால் என்ன விளைவு ஏற்படுமோ, அதே விளைவை, நீங்கள் மற்றவர்களிடம் வெறும் நான்கு வாரங்கள் தொடர்ந்து ஆர்வம் காட்டினால் உங்களால் பெற முடியும்.

2. 'நான்,' 'என்னுடைய' ஆகிய வார்த்தைகளை உங்கள் அகராதியிலிருந்து நீக்கிவிட்டு, அவற்றுக்கு பதிலாக, 'நீங்கள்,' 'உங்களுடைய' ஆகிய வார்த்தைகளைப் பயன்படுத்துங்கள்.

"இத்திட்டம் எந்த அளவு வெற்றிகரமாக உள்ளது என்பதை நான் நன்றாக அறிவேன். ஏனெனில்,

தாங்கள் விரும்பியதைச் சாதிக்க என்னுடைய அறிவுரை எந்த அளவு தங்களுக்கு உதவியுள்ளது என்பதை என்னுடைய வாடிக்கையாளர்களில் பலர் என்னிடம் தெரிவித்துள்ளனர்."

மேற்கூறப்பட்ட விதத்தில் பேசுவதற்கு பதிலாக,

"நீங்கள் இதைச் செயல்படுத்தினால், அதன் விளைவுகள் உங்களை ஆச்சரியத்தில் மூழ்கடிக்கும். ஏனெனில், நீங்கள் கற்பனையிலும் நினைத்துப் பார்த்திருக்காத விதத்தில் அது உங்களுக்கும் உங்கள் குடும்பத்தாருக்கும் பலனளிக்கும்," என்று கூறுங்கள்.

3. பிறர் தங்களைப் பற்றிப் பேசத் தூண்டும் கேள்விகளை மட்டுமே கேளுங்கள்.

"உங்கள் உல்லாச விடுமுறை எவ்வாறு இருந்தது?"

"உங்களுடைய இந்த வேலையில் நீங்கள் முதன்முதலில் எவ்வாறு இறங்கினீர்கள்?"

"உங்கள் மகன் தன்னுடைய புதிய பள்ளியில் எவ்வாறு படிக்கிறான்?"

"அடுத்தத் தேர்தலில் யார் வெற்றி பெறுவார்கள் என்று நீங்கள் நினைக்கிறீர்கள்?"

"நீங்கள் இதைப் பற்றி (அது எதுவாக வேண்டுமானாலும் இருக்கட்டும்) என்ன நினைக்கிறீர்கள்?"

மக்களுக்கு உங்களைப் பற்றிய விஷயங்களில் எந்தவிதமான ஆர்வமும் இல்லை. அவர்கள் எப்போதும் தங்களைப் பற்றியே சிந்தித்துக் கொண்டிருக்கிறார்கள். இது குறித்து நீங்கள் விரக்தி அடைந்திருந்தால் அதிலிருந்து மீண்டுவிடுங்கள். ஏனெனில், இதுதான் யதார்த்தம்.

6

சிறப்பான கேள்விகளைக் கேட்பது எப்படி

உரையாடல்களை சுமூகமாக எடுத்துச் செல்வதில் பலருக்குச் சிக்கல் இருக்கிறது. இதற்குக் காரணம் அதன் விவாதப் பொருளில் உள்ள குறைபாடுகள் அல்ல, மாறாக, அவர்கள் தவறான வகையான கேள்விகளைக் கேட்பதுதான். பொதுவாக உங்களால் இரண்டு வகையான கேள்விகளைக் கேட்க முடியும்.

1. உரையாடல்களை முடிவுக்குக் கொண்டுவரும் கேள்விகள்

உரையாடல்களை முடிவுக்குக் கொண்டுவரக்கூடிய, ஓரிரு வார்த்தைகளில் பதிலளிக்கப்படக்கூடிய வகையில் இருக்கும் கேள்விகள் இவை. எடுத்துக்காட்டாக:

கேள்வி: "கணக்கர் வேலையை நீங்கள் எப்போது துவக்கினீர்கள்?"

பதில்: "எட்டு வருடங்களுக்கு முன்பு."

கேள்வி: "உங்களுக்கு இந்தப் படம் பிடித்திருந்ததா?"

பதில்: "ஆமாம்."

கேள்வி: "இத்தேர்தலில் யார் வெல்வார்கள் என்று நீங்கள் நினைக்கிறீர்கள்?"

பதில்: "ஜனநாயகக் கட்சியினர்."

இப்படிப்பட்டக் கேள்விகள் குறுக்கு விசாரணைபோலத் தோன்றும்.

2. உரையாடல்களை உயிரோடு வைத்திருக்கும் கேள்விகள்

விவரிப்புகள், அபிப்பிராயங்கள் மற்றும் விளக்கங்கள் தேவைப்படும் கேள்விகள் இந்த வகையைச் சேர்ந்தவை. நீங்கள் யாரோடு உரையாடிக் கொண்டிருக்கிறீர்களோ அவருடன் நீங்கள் ஒரு நல்ல பிணைப்பை உருவாக்கிக் கொள்ள இவை உதவும். ஏனெனில், அந்நபரிடமும் அவர் கூறும் விஷயங்களிலும் உங்களுக்கு ஆர்வம் இருப்பதை அது வெளிப்படுத்துகிறது. இப்படிப்பட்டக் கேள்விகளைக் கேட்பவர்கள் சுவாரசியமானவர்களாகவும், பிறர்மீது உண்மையான அக்கறை கொண்டவர்களாகவும், உண்மைமிக்கவர்களாகவும் பார்க்கப்படுகின்றனர்.

நீங்கள் உங்களுடைய உரையாடலைக் கீழ்க்கண்ட நான்கு வழிகளில் துவக்கினால், அது உங்கள் உரையாடலை உயிரோடு வைத்திருக்கும்:

எப்படி?

அதைப் பற்றிக் கூறுங்கள்.

எதனால் அப்படிக் கூறுகிறீர்கள்?

ஏன்?

அவற்றை இப்போது விரிவாகப் பார்க்கலாம்:

கேள்வி: "ஒரு கணக்கராக நீங்கள் உங்கள் வாழ்க்கையை எப்படித் துவக்கினீர்கள்?"

பதில்: "நான் பள்ளியில் படித்துக் கொண்டு இருந்தபோதே, எண்கள்மீது நான் காதல் கொண்டேன். எண்கள் பல சுவாரசியமான கதைகளைத் தமக்குள் ஒளித்து வைத்திருப்பதாக நான் கருதினேன் ..."

கேள்வி: "அந்தப் படத்தில் நீங்கள் மிகவும் ரசித்தக் காட்சியைப் பற்றிக் கூறுங்கள்."

பதில்: "கதாநாயகி திடீரென்று கதாநாயகனை ஓங்கி ஓர் அறைவிடுகின்ற காட்சி எனக்குப் பிடித்திருந்தது. ஏனெனில் ..."

கேள்வி: "இந்தத் தேர்தலில் ஜனநாயகக் கட்சியினர் ஏன் வெற்றி பெறுவார்கள் என்று நீங்கள் நினைக்கிறீர்கள்?"

பதில்: "நான் ஜனநாயகக் கட்சிக்கு ஒருபோதும் ஓட்டுப் போட்டது கிடையாது. ஆனால் நேற்று தொலைக்காட்சியில் நடந்த விவாதத்தின்போது அந்த வேட்பாளர் தெரிவித்தக் கருத்து இத்தேர்தல் முடிவை நிர்ணயிக்கும் என்று நான் நினைக்கிறேன். மேலும் . . ."

உரையாடல்களை உயிரோடு வைத்திருக்கும் கேள்விகளை மட்டுமே கேட்பதற்கு உங்களை நீங்கள் பழக்கப்படுத்திக் கொள்ளுங்கள். உரையாடலை முடிவுக்குக் கொண்டுவரும் கேள்விகளைக் கேட்டால்கூட, அவற்றைத் தொடர்ந்து, உரையாடல்களை உயிரோடு வைத்திருக்கும் கேள்விகளைக் கேளுங்கள்.

எடுத்துக்காட்டாக:

கேள்வி: "நீங்கள் எப்போது இந்த ஊருக்குக் குடிபெயர்ந்தீர்கள்?"

பதில்: "சுமார் பத்து வருடங்களுக்கு முன்பு."

கேள்வி: "கடந்த பத்து வருடங்களில் இந்த ஊர் ஏன் இந்த அளவு மாறியிருப்பதாக நீங்கள் நினைக்கிறீர்கள்?"

பதில்: "நான் முதன்முதலாக இங்கு வந்தபோது, இந்த ஊரில் பெரிய வளர்ச்சித் திட்டங்கள் எதுவும் மேற்கொள்ளப்படவில்லை. ஆனால் ஐந்து வருடங்களுக்கு முன்பு திடீரென்று ஏகப்பட்ட வளர்ச்சித் திட்டங்கள் செயல்படுத்தப்பட்டன. அவை . . ."

7

ஓர் உரையாடலைத் துவக்குவது எப்படி

ஒருவர் உங்களை சந்தித்த முதல் நான்கு நிமிடங்களுக்குள் உங்களைப் பற்றிய தொண்ணூறு சதவீத அபிப்பிராயத்தை உருவாக்கிக் கொள்கிறார். அதனால் நீங்கள் சந்திக்கும் நபர்களிடம் நீங்கள் உங்கள் உரையாடலை எவ்வாறு துவக்குகிறீர்கள் என்பது மிகவும் முக்கியம். பொதுவாக, கீழ்க்கண்ட மூன்று தலைப்புகளில்தான் உங்களால் உரையாடத் தொடங்க முடியும்:

- சூழ்நிலை பற்றி
- நீங்கள் உரையாடிக் கொண்டிருக்கும் நபரைப் பற்றி
- உங்களைப் பற்றி

அதைக் கீழ்க்கண்ட மூன்று வழிகளில் மட்டும்தான் உங்களால் துவக்க முடியும்:

- ஒரு கேள்வியைக் கேட்பதன் மூலம்
- அவருடைய அபிப்பிராயத்தைக் கேட்பதன் மூலம்
- ஒரு தகவலைக் கூறுவதன் மூலம்

1. ஒரு சூழ்நிலையைப் பற்றிப் பேசுதல்

நீங்களும் உங்களுடன் உரையாடுகின்றவரும் எந்தச் சூழ்நிலையில் இருக்கிறீர்களோ அச்சூழ்நிலை குறித்த விஷயங்களைப் பற்றிப் பேசுவது பொதுவாக ஓர் உரையாடலைத் துவக்குவதற்கான ஓர் எளிய வழியாகும். நீங்கள் இருவரும் இருக்கும் சூழ்நிலையை கவனித்து, அது தொடர்பாக 'உரையாடலை உயிரோடு வைத்திருக்கும்' வகையான ஒரு கேள்வியைக் கேளுங்கள். அதை நீங்கள் எந்தச் சூழ்நிலையிலும் கேட்கலாம். எடுத்துக்காட்டாக:

சந்தையில் இருக்கும்போது:

"நீங்கள் பாகற்காய் வாங்குவதை நான் பார்த்தேன். நான் சமைத்தால் அதை வாயில் வைக்க முடியாது. அதை நீங்கள் எப்படிச் சமைப்பீர்கள்?"

ஓர் ஓவியக் கண்காட்சியில் இருக்கும்போது:

"இந்த ஓவியர் இந்த ஓவியத்தின் மூலம் எதைச் சொல்ல வருகிறார் என்று நீங்கள் நினைக்கிறீர்கள்?"

ஒரு கூட்டத்தில் கலந்து கொள்ளும்போது:

"நீங்கள் எப்படி இக்கூட்டத்திற்கு வந்தீர்கள்?"

ஓர் உணவகத்தில் வரிசையில் நிற்கும்போது:

"இந்த இடம் ஏன் இவ்வளவு பிரபலமாக இருக்கிறது என்று நீங்கள் கருதுகிறீர்கள்?"

ஒரு பல்பொருள் அங்காடியில் இருக்கும்போது:

"இந்த டிடர்ஜென்டை சிறப்பாகப் பயன்படுத்தும் வழி உங்களுக்குத் தெரியுமா?"

வணிகரீதியான ஒரு சந்திப்புக் கூட்டத்தில்:

"இத்தொழிலை நீங்கள் எவ்வாறு துவக்கினீர்கள் என்று கூற இயலுமா?"

2. பிறரைப் பற்றிப் பேசுதல்

பொதுவாக மக்களுக்குத் தங்களைப் பற்றிப் பேசப் பிடிக்கும் என்பதால், நீங்கள் அவர்களைப் பற்றி என்ன கேள்வி கேட்டாலும் அவர்கள் மகிழ்ச்சியுடன் பதிலளிப்பார்கள்.

ஒரு பிறந்தநாள் விழாவில் இருக்கும்போது: "உங்கள் சட்டையில் பொறிக்கப்பட்டுள்ள சின்னம் அழகாக இருக்கிறது. அது எதைக் குறிக்கிறது?"

கோல்ஃப் விளையாட்டு மைதானத்தில் இருக்கும்போது: "மட்டையை நீங்கள் மிகவும் லாவகமாகச் சுழற்றுகிறீர்கள். இப்படி விளையாட நீங்கள் எங்கே கற்றுக் கொண்டீர்கள்?"

கடற்கரையில் இருக்கும்போது: "நீரில் விழுந்தவர்களைக் காப்பாற்றும் குழுவில் நீங்கள் இருப்பது தெரிகிறது. இதில் எப்படி உறுப்பினராவது?"

3. உங்களைப் பற்றிப் பேசுதல்

இதற்கான விதிமுறைகள் எளியவை. உங்களுடன் உரையாடிக் கொண்டிருப்பவர் உங்களைப் பற்றியோ, அல்லது உங்கள் குடும்பம், உங்கள் வேலை அல்லது உங்கள் உடைமைகளைப் பற்றியோ எதுவும் கேட்காவிட்டால், அவருக்கு அவற்றில் ஆர்வம் இல்லை என்று பொருள். எனவே, நீங்கள் ஒருவருடன் ஓர் உரையாடலில் ஈடுபட்டிருக்கும்போது, அவராகக் கேட்டால் ஒழிய உங்களைப் பற்றிப் பேசாதீர்கள்.

8

ஓர் உரையாடலை நகர்த்திச் செல்வது எப்படி

'உரையாடல் பாலம்' அமைக்கும் சொற்கள்

நீங்கள் பேசிக் கொண்டிருக்கும் நபர், உரையாடலை உயிரோடு வைத்திருக்க உதவக்கூடிய கேள்விகளுக்குச் சுருக்கமான பதில்களை அளித்தால், மேலும் விரிவாகப் பேச அவரைத் தூண்டும் சுருக்கமான கேள்விகளை நீங்கள் அவரிடம் கேட்க வேண்டும். 'பாலம் அமைத்தல்' என்று இதற்குப் பெயர்.

எடுத்துக்காட்டாக:

அப்படியென்றால்?

எடுத்துக்காட்டாக?

அப்புறம்?

அதனால்?

பிறகு நீங்கள் என்ன செய்தீர்கள்?

இதற்கு என்ன அர்த்தம்?

இப்படிப்பட்டக் கேள்விகளைக் கேட்டப் பிறகு நீங்கள் மௌனம் காக்க வேண்டும்.

ஜான்:	"நீங்கள் இந்த இடத்திற்கு எப்படிக் குடிபெயர்ந்தீர்கள்?"
மார்ட்டின்:	"எனக்கு இந்த இடத்தின் தட்பவெப்ப நிலை மேலானதாக இருப்பதாகத் தோன்றியது."
ஜான்:	"எதைவிட மேலானதாக?"
மார்ட்டின்:	"நகரத்தின் மாசுபாட்டை ஒப்பிடும்போது . . ."
ஜான்:	"அதாவது . . ."

மார்ட்டின்: "என்னுடைய ஆரோக்கியமும் என்னுடைய குடும்பத்தினருடைய ஆரோக்கியமும் மேம்பட்டுள்ளன. நகரத்தின் மாசுபாடு கடுமையாக அதிகரித்துள்ளதாக சமீபத்தில் வெளிவந்துள்ள ஓர் அறிக்கை தெரிவிக்கிறது. மேலும் . . ."

மேற்கண்ட உரையாடலில் 'உரையாடல் பாலம்' அமைக்கும் சொற்களை ஜான் இரண்டு முறை பயன்படுத்தியுள்ளதை நீங்கள் கவனித்திருப்பீர்கள். அதோடு, அவர் அதிகமாகப் பேசவில்லை என்பதையும் நீங்கள் கவனித்திருக்கக்கூடும்.

'உரையாடல் பாலம்' அமைக்கும் சொற்களைப் பயன்படுத்தும்போது நீங்கள் இரண்டு விஷயங்கள்மீது கவனம் செலுத்த வேண்டும்:

1. அச்சொற்களைக் கூறும்போது நீங்கள் உங்கள் உள்ளங்கையை விரித்தபடி லேசாக முன்னால் சாய்ந்து கொள்ள வேண்டும்.

2. அச்சொற்களைக் கூறி முடித்தப் பிறகு பின்னால் சாய்ந்து கொள்ள வேண்டும். நீங்கள் மேலும் எதுவும் பேசக்கூடாது.

நீங்கள் உங்கள் உள்ளங்கையை விரித்தபடி வைத்திருப்பது, இப்போது அடுத்தவர் பேசலாம் என்ற சமிக்ஞையை அவருக்குக் கொடுக்கும்.

'உரையாடல் பாலம்' அமைக்கும் சொற்களைக் கூறி முடித்தவுடன் நீங்கள் பேசுவதை நிறுத்திக் கொள்ள வேண்டும். சில சமயங்களில், 'உரையாடல் பாலம்' அமைக்கும் சொற்களைத் தொடர்ந்து ஒரு நீண்ட மௌனம் நிலவலாம். அப்போது, உங்களுடைய பொன்னான அறிவுரைகளை எடுத்துவிடத் துடிக்கும் உங்கள் ஆர்வத்தை நீங்கள் கட்டுப்படுத்திக் கொள்ள வேண்டும். நீங்கள் உங்கள் கைகளை உங்கள் நாடிக்கு அடியில் வைத்து உங்கள் தலையை அசைத்து, உங்களுடன் பேசிக் கொண்டிருப்பவர் தொடர்ந்து பேச அவரை நீங்கள் ஊக்குவிக்க வேண்டும்.

'உரையாடல் பாலம்' அமைக்கும் சொற்களைப் பயன்படுத்துவது சுவாரசியமாக இருப்பதோடு, உரையாடல்மீது நீங்கள் ஆதிக்கம் செலுத்தவும் வழி வகுக்கும். 'உரையாடல் பாலம்' அமைக்கும் சொற்களைச் சிக்கனமான ஊக்குவிப்பு வார்த்தைகளுடன் சேர்த்துப் பயன்படுத்தினால், உரையாடலை நீங்கள் சிறப்பாக எடுத்துச் செல்ல அது மிகவும் உதவியாக இருக்கும்.

9

உங்கள் உரையாடலில் மற்றவர்கள் சுவாரசியம் கொள்ளும்படி செய்வது எப்படி

மற்ற எல்லோரையும்விட அதிகமான நண்பர்களைப் பெற்றிருக்கின்ற, தான் சந்திக்கும் அனைவராலும் ஏற்றுக் கொள்ளப்படுகின்ற நபர் யார்? இதற்கான விடை: நாய். ஒரு நாய் உங்களைப் பார்த்தவுடன் துடிப்புடன் தன் வாலை ஆட்டுகிறது. அது உங்களைக் கச்சிதமானவராகக் கருதி உங்களிடம் தனிப்பட்ட ஈடுபாட்டைக் காட்டுகிறது. உங்களைப் பற்றிய எதிர்மறைக் கருத்துக்கள் எதையும் அது சொல்வதில்லை. நீங்கள் ஒரு சிறந்த பாடகர் என்று அது முடிவு செய்கிறது. மாலையில் நீங்கள் வீடு திரும்பியதும் உங்களைப் பார்த்து அது பரவசமடைகிறது.

அதற்கு உள்நோக்கம் எதுவும் கிடையாது. அது உங்கள்மீது நிபந்தனையற்ற அன்பைப் பொழிகிறது. தன்னிடமிருந்து ஆயுள் காப்பீட்டை நீங்கள் வாங்க வேண்டும் என்று அது உங்களை வற்புறுத்துவதில்லை.

மக்களுக்கு என்ன பிடிக்குமோ அதை மட்டுமே நீங்கள் பேசுங்கள். உங்களுக்குப் பிடித்ததைப் பேசாதீர்கள். உங்களுக்கு என்ன வேண்டும் என்பது குறித்துப் பெரும்பாலானோருக்கு அக்கறை கிடையாது. தங்களுக்கு என்ன வேண்டும் என்பது குறித்துத்தான் அவர்களுக்கு அக்கறை.

நீங்கள் மீன் பிடிக்கச் செல்லும்போது, மீனின் தூண்டிலில் உங்களுக்குப் பிடித்த வடை, முறுக்கு, சாக்லேட் போன்றவற்றை மாட்டி வைப்பதில் எந்த அர்த்தமும் இல்லை. மீனுக்குப் பிடித்தப் புழு அல்லது சிறிய இறால் போன்றவற்றைத்தான் நீங்கள் தூண்டிலில் மாட்ட வேண்டும். பிறரிடையே செல்வாக்குடன் திகழ்வதற்கான வழி இது ஒன்றுதான். பிறருக்கு என்ன பிடிக்குமோ அதைப் பற்றி மட்டுமே பேசுங்கள்.

பெரும்பாலான மக்களின் உரையாடல்கள் சுவாரசியமற்று இருப்பதற்குக் காரணம் அவர்கள் தங்களைப் பற்றியும் தங்கள் தேவைகளைப் பற்றியுமே எப்போதும் பேசிக் கொண்டிருக்கின்றனர் என்பதுதான்.

மற்றவர்களுக்கு என்ன பிடிக்குமோ அதைப் பற்றி பேசி, அதை அவர்கள் அடைவதற்கான வழியை நீங்கள் அவர்களுக்குக் காட்டினால், அவர்கள் உங்கள்மீது ஈடுபாடு காட்டுவார்கள்.

10

மற்றவர்கள் உங்களைக் குறித்து உடனடியாக நேர்மறையாக உணரும்படி செய்வது எப்படி

நீங்கள் ஒருவருடன் உரையாடிக் கொண்டிருக்கும்போது எந்த மாதிரியான முகபாவங்களை நீங்கள் வெளிப்படுத்துகிறீர்களோ, அதே முகபாவங்களைத்தான் உங்களிடம் பேசிக் கொண்டிருப்பவரும் வெளிப்படுத்துவார். புன்னகை பூத்துள்ள ஒரு முகத்தைப் பார்க்கும்போது நாம் நேர்மறையாக நடந்து கொள்வது நம்முடைய இயல்பிலேயே ஊறிப் போயுள்ளது. ஒரு புன்னகை, "உங்களைப் பார்ப்பதில் நான் மகிழ்ச்சி அடைகிறேன், நான் உங்களை ஏற்றுக் கொள்கிறேன்," என்ற செய்தியைத் தெரிவிக்கிறது. அதனால்தான் எல்லோரும் புன்னகையை வரவேற்கின்றனர்.

நாம் பார்க்கும் நபர்களின் முகபாவங்களை நாம் அப்படியே பிரதிபலிக்கிறோம் என்றும், 'பிரதிபலிக்கும் நரம்பணு' ஒன்று நம் மூளையில் இருக்கிறது என்றும் லண்டன் பல்கலைக்கழகத்தைச் சேர்ந்த பேராசிரியர் ருத் கேம்பெல் கண்டுபிடித்துள்ளார். அதனால்தான் நாம் ஒருவருடன் உரையாடிக் கொண்டிருக்கும்போது அவர் எந்த மாதிரியான முகபாவங்களை வெளிப்படுத்துகிறாரோ நாமும் அதே முகபாவங்களை வெளிப்படுத்துகிறோம்.

குரங்கு, மனிதக் குரங்கு போன்ற உயிரினங்களில் புன்னகை எத்தகைய விளைவுகளை வெளிப்படுத்துகிறதோ, அதே விளைவுகளை மனித இனத்திலும் அது வெளிப்படுத்துகிறது. நீங்கள் யாரோடு பேச முயற்சிக்கிறீர்களோ, அவருக்கு நீங்கள் ஆபத்து விளைவிக்க மாட்டீர்கள் என்பதை உங்கள் புன்னகை வெளிப்படுத்துகிறது. இது மனித மூளையில் இயல்பாகவே பதிந்துள்ள ஒரு விஷயமாகும்.

அதனால்தான் அடிக்கடிப் புன்னகை புரிந்து பழகிக் கொள்ள வேண்டும். நீங்கள் புன்னகைக்க முடியாத மனநிலையில் இருக்கும்போதுகூட அதை நீங்கள் பயிற்சி செய்ய வேண்டும். ஏனெனில், பிறர் உங்களிடம் எவ்வாறு நடந்து கொள்வார்கள் என்பதைத் தீர்மானிக்கும் ஆற்றல் அதற்கு இருக்கிறது.

ஒருவருடன் உரையாடலில் ஈடுபட்டிருக்கும்போது நீங்கள் உங்கள் முகத்தைக் கடுகடுப்பாக வைத்திருந்தால், ஒன்று, உங்களுக்குத் தங்களைப் பிடிக்கவில்லை என்று அவர்கள் நினைப்பார்கள். அல்லது தங்களை நீங்கள் கடுமையான விமர்சனக் கண்ணோட்டத்துடன் பார்க்கிறீர்கள் என்று அவர்கள் கருதுவார்கள். நீங்கள் பிறருடன் பேசும்போது நெற்றியைச் சுருக்கிக் கொண்டு அவர்களைப் பார்க்கும் பழக்கம் உடையவராக இருந்தால், உங்கள் முழங்கையை நெற்றி மேல் வைத்துக் கொள்ளுங்கள். ஆனால் படிப்படியாக இந்த மோசமான பழக்கத்திலிருந்து விடுபட முயற்சி செய்யுங்கள்.

சாராம்சம்

நீங்கள் பிறரை நோக்கிப் புன்னகை புரிந்தால், தவறாமல் அவர்களும் உங்களை நோக்கிப் புன்முறுவல் பூப்பர். இது உங்கள் இருவரிடமும் நேர்மறையான உணர்வுகளைத் தோற்றுவிக்கும். புன்முறுவல்களுடன்கூடிய சந்திப்புகள் இனிமையானவையாக இருக்கும், அவை உறவுகளை வளர்த்தெடுக்கும், நீண்டகாலத்திற்கு நிலைத்திருக்கும். புன்னகை புரிவது ஒரு பழக்கமாக உங்களுடன் ஒட்டிக் கொள்ளும்வரை அதை கவனமாகப் பயிற்சி செய்யுங்கள்.

புன்னகையும் சிரிப்பும் உங்கள் உடலின் எதிர்ப்புசக்தியை வலுப்படுத்தும், நோய்களிலிருந்து உங்களைப் பாதுகாக்கும், அதிக நண்பர்களை உங்களிடம் ஈர்க்கும், உங்கள் வாழ்நாளை நீட்டிக்கும் என்று ஆய்வுகள் தெரிவிக்கின்றன.

நகைச்சுவை உங்களை குணமாக்கும்.

அதனால் புன்னகை புரியுங்கள்!

11

பிறருடைய நிலையில் உங்களை வைத்துப் பார்ப்பது எப்படி

மற்றவர்கள் தங்களைப் புரிந்து கொள்ள வேண்டும் என்றும், தங்கள்மீது அனுதாபம் கொள்ள வேண்டும் என்றும் பெரும்பாலான மக்கள் எதிர்பார்க்கின்றனர். இதைச் சமாளிக்க ஓர் உத்தி உள்ளது. 'உணர்வு, உணர்தல் மற்றும் தீர்வு காணுதல்' என்று அதற்குப் பெயர். இதை நீங்கள் பயன்படுத்தினால், மக்கள் உங்களிடம் நேர்மறையாக நடந்து கொள்வர்.

இதை ஓர் எடுத்துக்காட்டின் மூலம் பார்க்கலாம். ஒருவர் உங்களிடம் ஒரு புகாரோடு வருகிறார் என்று வைத்துக் கொள்வோம். அந்தப் புகாரை மறுதலிப்பதற்குப் பதிலாக நீங்கள் அவரிடம் இவ்வாறு கூறலாம்:

"நீங்கள் எவ்வாறு உணர்கிறீர்கள் என்பது எனக்குப் புரிகிறது. நீங்கள் இப்போதிருக்கும் இதே நிலையில் இருந்த மற்றொருவரை எனக்குத் தெரியும். அவரும் இதேபோலத்தான் உணர்ந்தார். அவர் இதை (உங்கள் தீர்வை இங்கு கொடுங்கள்) செய்தபோது, முடிவு நல்லவிதமாக அமைந்ததை அவர் கண்டறிந்தார்."

வேறு ஒருவர் உங்களிடம் இப்படிக் கூறுவதாக வைத்துக் கொள்வோம்:

"என்னால் உங்கள் நிறுவனத்துடன் வணிகத்தில் ஈடுபட முடியாது. உங்கள் சேவை மட்டமாக உள்ளது."

அதற்கு நீங்கள் இவ்வாறு பதிலளிக்கலாம்:

"நீங்கள் எவ்வாறு உணர்கிறீர்கள் என்பது எனக்குத் துல்லியமாகப் புரிகிறது. ஒரு சமயம் எங்களுடைய நீண்டகால வாடிக்கையாளர் ஒருவரும் நீங்கள்

இப்போதிருக்கும் இதே மனநிலையில்தான் இருந்தார். தங்களுடைய ஆர்டர்களைப் பகல் பன்னிரண்டு மணிக்கு முன்பாகக் கொடுத்தால் அன்றைய தினமே பொருட்கள் தங்களுக்குப் பட்டுவாடா செய்யப்பட்டுவிடும் என்பதை அவர் உணர்ந்து கொண்டார்."

மேரி தன் காதலனிடம் இவ்வாறு கூறுவதாக வைத்துக் கொள்வோம்:

"ஜார்ஜ், நான் உங்களைக் காதலிப்பதாக நினைக்கவில்லை."

அதற்கு ஜார்ஜ் இப்படி பதிலளித்தால் அது நல்ல பலனைக் கொடுக்கும்:

"மேரி, உன் உணர்வு எனக்குத் துல்லியமாகப் புரிகிறது. ஒரு சமயம், சூசன்கூட லாரன்ஸ் குறித்து இவ்வாறுதான் உணர்ந்தாள். ஆனால் அவர்கள் இருவரும் சேர்ந்து உட்கார்ந்து தங்கள் சூழ்நிலை குறித்து ஆழமாக அலசி ஆராய்ந்தபோது, லாரன்ஸ் உண்மையில் மிகவும் அக்கறையுள்ள, அன்பான நபர் என்பதை அவள் புரிந்து கொண்டாள்."

மேற்கூறிய இரண்டு எடுத்துக்காட்டுகளிலும் நீங்கள் அடுத்தவருடன் முரண்பட்டும் நிற்கவில்லை, அவர்களுடன் விவாதமும் புரியவில்லை. மாறாக, அவர்களுடன் கிட்டத்தட்ட ஒத்துப் போவதுபோலவே நீங்கள் பேசினீர்கள். பிறருடைய புகார்களை ஒருபோதும் மறுத்துப் பேசாதீர்கள். அவர்களுடைய உணர்வுகளைப் புரிந்து கொள்ள முயற்சி செய்யுங்கள்.

12

உங்களை விமர்சிப்பவர் உட்பட எல்லோருடனும் இணக்கமாக இருப்பது எப்படி

எல்லோருடனும் இணக்கமாக இருப்பது என்பது நீங்கள் வளர்த்துக் கொள்ள வேண்டிய ஒரு முக்கியமான பழக்கமாகும். பொதுவாக, மக்களுக்குத் தங்களுடன் ஒத்துப் போகின்றவர்களை மிகவும் பிடிக்கும். தங்களுடன் ஒத்துப் போகாதவர்களை அவர்கள் வெறுப்பர். உங்களை ஒருவர் விமர்சிக்கும்போது அவர் கூறுவது உண்மையாக இருந்தால் அதோடு ஒத்துப் போய்விடுங்கள். அப்படி இல்லாமலிருந்தால், உங்களை விமர்சிக்க அவருக்கு இருக்கும் உரிமையை மதியுங்கள்.

1. உண்மையோடு உடன்படுவது எப்படி?

உங்களை விமர்சித்துக் கொண்டிருப்பவரின் கூற்றில் இருக்கும் உண்மையோடு உடன்படுவதன் மூலம் நீங்கள் அவருக்கு ஒரு வலுவான பதிலை அனுப்புகிறீர்கள். அதோடு, அது உங்களுடைய நிலையையும் அவருக்குத் தெளிவுபடுத்தும்.

எடுத்துக்காட்டாக:

தாய்: இன்று உன் தோழியின் வீட்டு விஷேசத்திற்கு நீ சென்றால், நாளை காலையில் வேலைக்குப் போக உன்னால் எழுந்திருக்க முடியாது.

மகள்: அம்மா, நீங்கள் கூறுவது சரியாக இருக்கலாம். ஆனால் நான் பல காலம் சந்தித்திராதவர்கள் நிறைய பேர் அங்கு வருவார்கள். நான் கண்டிப்பாகப் போயாகத்தான் வேண்டும்.

இங்கு, ஒரு மகள் தன் தாயின் விமர்சனத்தை ஏற்றுக் கொண்டாலும், அவள் தன் நிலையை விட்டுக்கொடுக்கவில்லை.

கிளாரா: ஸ்டீபன், நீங்கள் உங்கள் வேலையை விடக்கூடாதென்று நான் நினைக்கிறேன். உங்கள் நிறுவனத்தில் நீங்கள் ஒரு முக்கியமான ஆள். பொருளாதாரம் கீழ்முகமாகப் போனாலும் உங்களுக்கு ஒரு வேலை இருக்கும். ஆனால் நீங்கள் ஒரு சொந்தத் தொழிலில் இறங்கினால், அந்த உத்தரவாதம் இருக்காது.

ஸ்டீபன்: கிளாரா, நீ சொல்வது முழுக்க முழுக்க உண்மை. சொந்தத் தொழிலில் எந்த உத்தரவாதமும் கிடையாது என்பது உண்மைதான். ஆனால் எனக்கு என்மீது மிகுந்த நம்பிக்கை உள்ளது. நான் இப்படிப்பட்ட ஒரு வாய்ப்பிற்காக வெகுகாலம் காத்திருந்தேன்.

கிளாராவின் கூற்றில் இருந்த உண்மையை ஸ்டீபன் அங்கீகரித்தான். அவன் அவளோடு விவாதிக்கவில்லை, அவளுடைய கூற்றை விமர்சிக்கவில்லை. ஆனாலும் அவன் தன் நிலையை இங்கிதமாக அவளிடம் எடுத்துரைத்தான்.

2. தன்னுடைய அபிப்பிராயத்தைக் கூறுவதற்கு உங்களை விமர்சிப்பவருக்கு இருக்கும் உரிமையோடு உடன்படுவது எப்படி

உங்களை விமர்சிப்பவரின் கருத்தோடு உங்களுக்கு உடன்பாடு இல்லாமல் இருந்தாலும் அபிப்பிராயம் கூறுவதற்கு அவருக்கு இருக்கும் உரிமையை நீங்கள் அங்கீகரிக்கலாம். அது சிறுபிள்ளைத்தனமாக இருப்பதாக நீங்கள் கருதினாலும்கூட அவருடைய உரிமையை நீங்கள் மதிக்க வேண்டும்.

எடுத்துக்காட்டாக:

டேவிட்: மோனிகா, நீ ஆடைகள் வாங்குவதற்கு உன் பணத்தை வாரி இறைத்தால், விரைவில் ஒட்டாண்டியாகிவிடுவாய்.

மோனிகா: டேவிட், உன் பார்வை எனக்குப் புரிகிறது. ஆனால் விதவிதமான ஆடைகள் என்னிடம் இருப்பது எனக்குப் பெருமிதமான உணர்வைக் கொடுக்கிறது.

அனிதா: நீ ஏன் ஃபோர்டு காரை வாங்கினாய்? டொயோட்டா கார்தான் சிறந்தது என்பது உனக்குத் தெரியாதா?

பீட்டர்: நீ சொல்வது எனக்குப் புரிகிறது. ஆனால் எனக்கு ஃபோர்டு காரின் அம்சங்களும் சௌகரியங்களும் மிகவும் பிடித்திருக்கின்றன.

இங்கு மோனிகாவும் பீட்டரும் தங்களை விமர்சித்தவர்களுக்கு அபிப்பிராயம் கூறுவதற்கு இருந்த உரிமையை அங்கீகரித்தனர் என்பதை நீங்கள் கவனிக்க வேண்டும். ஆனால் இவர்கள் இருவரும் தங்களுடைய நிலைப்பாட்டிலிருந்து மாறவில்லை. அதே சமயம், தங்களை விமர்சித்தவர்களின் கருத்து தவறு என்று நிரூபிக்கவும் அவர்கள் முயற்சிக்கவில்லை. உங்களை நோக்கி ஏவப்படும் விமர்சனத்தை நீங்கள் ஒட்டுமொத்தமாக நிராகரித்தாலும், அதிலுள்ள ஏதோ ஓர் அம்சத்தோடு உங்களால் நிச்சயமாக உடன்பட முடியும். பிறரோடு நீங்கள் உடன்படாவிட்டாலும், தாங்கள் சரியான விஷயத்தையே கூறியிருக்கிறோம் என்ற உணர்வை அவர்கள் பெறும் விதத்தில் நீங்கள் நடந்து கொள்ள வேண்டும்.

பிறரோடு உடன்படுகின்றவராக உருவாவதற்கு உதவக்கூடிய ஐந்து வழிகளை இப்போது நாம் பார்க்கலாம்:

1. நீங்கள் சந்திக்கும் அனைவரோடும் உடன்படுவது என்ற தீர்மானத்தை எடுங்கள்.

அந்த இயல்பை வளர்த்துக் கொள்ளுங்கள். தாங்கள் சரியான விஷயத்தையே கூறியிருக்கிறோம் என்ற உணர்வை அவர்கள் பெறுமாறு நடந்து கொள்ளுங்கள்.

2. உண்மையோடு உடன்படுங்கள்.

பிறர் கூறியதில் ஏதோ ஒன்றோடு நீங்கள் உடன்படுகிறீர்கள் என்பதை அவர்கள் உணருமாறு நடந்து கொள்ளுங்கள். உங்கள் தலையை ஆட்டி, "ஆமாம், நீங்கள் சொல்வது சரிதான்," என்ற ரீதியில் எதையாவது கூறுங்கள்.

3. அபிப்பிராயம் கூறுவதற்கு உங்கள் விமர்சகருக்கு இருக்கும் உரிமையை அங்கீகரியுங்கள்.

பிறர் கூறுவது முழுக்க முழுக்க அபத்தமானதாக இருப்பதாக நீங்கள் கருதினாலும், அப்படி சிந்திப்பதற்கு அவர்களுக்கு இருக்கும் உரிமையை அங்கீகரியுங்கள். அதே சமயம், எது உண்மையென்று நீங்கள் கருதுகிறீர்களோ அதை அவர்களிடம் வலியுறுத்துங்கள்.

4. உங்கள் பக்கம் தவறு இருக்கும்போது அதை ஒப்புக் கொள்ளுங்கள்.

தங்கள் பக்கம் தவறு உள்ளது என்பதை ஒப்புக் கொள்பவர்களைப் பிறர் பெரிதும் மதிக்கின்றனர். தங்கள் பக்கம் தவறு இருக்கிறது என்பது தெரிந்தாலும் பலர் அதை மறுப்பார், அல்லது அதை மறைக்கப் பொய் சொல்லுவர் அல்லது அடுத்தவர்மீது பழி போடுவர். நீங்கள் தவறு செய்திருந்தால், இவ்வாறு கூறுங்கள்:

"நான் அதைத் தவறாகத்தான் புரிந்து கொண்டேன் . . ."
"நான் தவறு செய்துவிட்டேன் . . ."
"நான் அப்படிக் கூறியிருக்கக்கூடாது . . . "

5. வாக்குவாதத்தில் ஈடுபடாதீர்கள்.

உங்கள் பக்கம் நியாயம் இருந்தாலும் அரிதாகவே உங்களால் ஒரு விவாதத்தில் வெற்றி பெற முடியும். விவாதம் நட்பை முறிக்கும். அதோடு, உங்களுடைய நம்பகத்தன்மையில் அது ஒரு கீறலை ஏற்படுத்தும். சண்டைக்கோழிகளுக்கு அவர்கள் விரும்பியது கிடைக்கும் வாய்ச்சண்டைதான் அது.

13

பிறர் உங்களைக் குறித்து நல்லவிதமான உணர்வைக் கொள்ளும்படி செய்வது எப்படி

மக்கள் ஒருவரை சந்தித்த நான்கு நிமிடங்களுக்குள் அவரைப் பற்றிய தங்களுடைய அபிப்பிராயத்தில் 90 சதவீதத்தை உருவாக்கிக் கொள்கின்றனர். அந்த அபிப்பிராயத்தை அவர்கள் உருவாக்கிக் கொள்வதற்குத் துணை நிற்பது அந்நபரின் உடல்மொழிதான். அதற்குப் பிறகுதான் அவர் எப்படிப் பேசுகிறார் என்பதையும், அவர் என்ன பேசுகிறார் என்பதையும் கவனித்து, தாங்கள் அவரை எந்த அளவு மதிக்க வேண்டும், அவர்மீது எந்த அளவு ஈடுபாடு காட்ட வேண்டும் என்பதை அவர்கள் தீர்மானிக்கின்றனர்.

முதல் சந்திப்பிலேயே பிறருடைய மரியாதையையும் அவர்கள் உங்கள்மீது காட்டும் ஈடுபாட்டையும் அதிகரிப்பதற்குக் கீழ்க்கண்ட மூன்று விஷயங்களை மேற்கொள்ளுங்கள்:

1. உங்களைப் பற்றியும் நீங்கள் செய்து கொண்டு இருப்பவற்றைப் பற்றியும் ஒரு நேர்மறையான உணர்வைக் கொண்டிருங்கள்

வாழ்க்கையில் இன்று நீங்கள் இருக்கும் நிலை குறித்தும் அதை நீங்கள் நேசிக்கிறீர்கள் என்பதைப் பற்றியும் வானளாவப் பேசுங்கள். "நான் வெறும் ஓர் எழுத்தர்தான்," என்றோ, "வீட்டில் நான் சும்மாதான் இருக்கிறேன்," என்றோ கூறி ஒருபோதும் உங்களை நீங்களே தாழ்த்திக் கொள்ளாதீர்கள். மாறாக, "மக்கள் தங்கள் முதலீட்டைச் சுலபமாகப் பல மடங்கு பெருக்கிக் கொள்ள உதவும் ஒரு பெரிய வங்கியில் நான் பணியாற்றுகிறேன்," என்றோ, "உலகமே மெச்சும் இரண்டு குழந்தைகளுக்குத் தாய் நான். அதோடு, என் கணவரின்

வெற்றியில் எனக்கு சம அளவு பங்கு உண்டு," என்றோ கூறுங்கள்.

உங்களை நீங்களே உயர்வாக மதிக்கவில்லை என்றால் வேறு யார் மதிப்பார்கள்?

2. உற்சாகமாக இருங்கள்

வாழ்க்கை குறித்து நேர்மறையான எதிர்பார்ப்புடன் பேசுங்கள். இது உங்களைப் பற்றிய நல்ல அபிப்பிராயத்தைப் பிறரிடம் உருவாக்கும். அதோடு, உங்களுடைய உற்சாகம் அவர்களையும் தொற்றிக் கொள்ளும்.

3. எவரையும் எதையும் விமர்சிக்காதீர்கள்

நீங்கள் ஒருவரை விமர்சித்தால், நீங்கள் தன்னம்பிக்கை இல்லாதவர் என்றும், புரிதல் இல்லாதவர் என்றும் அவர்கள் கருதுவர். உங்களுடைய போட்டியாளரைப் பற்றி ஒருவர் கூறினால், அப்போட்டியாளரிடம் இருக்கும் நல்ல விஷயங்களைப் பாராட்டிப் பேசுங்கள். அப்படிப் பாராட்டிப் பேச எதுவுமே இல்லையென்றால், அவரைப் பற்றி எதையும் கூறாதீர்கள். வேறொருவரை வீழ்த்தி உங்களை உயர்த்திக் கொள்ள ஒருபோதும் முயற்சிக்காதீர்கள்.

14

நீங்கள் கூறுவதை மற்றவர்கள் ஏற்றுக் கொள்ளும்படி செய்வது எப்படி

உங்கள் கருத்துக்குஜீ பிறரைத் தலையாட்ட வைப்பதற்கு உதவும் நான்கு வழிகள் இதோ:

1. நீங்கள் கூறுவதற்கு 'சரி' என்று கூற அவர்களுக்கு ஒரு காரணத்தை அளியுங்கள்

நாம் மேற்கொள்ளும் ஒவ்வொரு காரியத்திற்கும், வாழ்க்கையில் நாம் எடுக்கும் ஒவ்வொரு முடிவுக்கும் பின்னால் ஒரு குறிப்பிட்டக் காரணம் இருக்கும். சில சமயங்களில் அவற்றுக்குப் பல காரணங்கள் இருக்கலாம். ஆனால் கண்டிப்பாக ஒரு பிரதான காரணம் இருந்தே தீரும். அதைத்தான் நீங்கள் கண்டுபிடிக்க வேண்டும். "உங்கள் வாழ்க்கையில் உங்களுடைய முக்கிய முன்னுரிமை என்ன?" என்று ஒருவரிடம் கேட்டுவிட்டு அதற்கு அவர் கூறும் பதிலை எந்தவிதக் குறுக்கீடும் இல்லாமல் நீங்கள் கேட்கலாம். பிறர் குறித்து எந்தவிதமான அனுமானங்களையும் மேற்கொள்ளாதீர்கள். அது தவறாகப் போகலாம். பிறருக்கு என்ன வேண்டும் என்பதை அவர்கள் வாயிலிருந்தே கேட்டப் பிறகு, அவர்கள் அதை எவ்வாறு அடையலாம் என்பது குறித்த உங்கள் அபிப்பிராயத்தை அவர்களுக்குத் தெரிவியுங்கள். ஒரு விஷயத்தைத் தாங்களாகவே கண்டுபிடித்துள்ளதாக உணர்ந்தால் அதைச் செயல்படுத்தத் தேவையான நடவடிக்கைகளை எடுக்க மக்கள் தயங்க மாட்டார்கள். ஆனால் அதையே நீங்கள் சொன்னால் அவர்கள் கேட்க மாட்டார்கள். தங்கள் பிரச்சனைக்கான தீர்வுகளை அவர்களே கண்டுபிடித்துக் கொள்ளப் பிறரை அனுமதியுங்கள். நீங்கள்

செய்ய வேண்டியதெல்லாம், சரியான முடிவுக்கு இட்டுச் செல்லும் சரியான கேள்விகளை அவர்களிடம் கேட்பது மட்டும்தான். உங்களுடைய தீர்வை நீங்கள் அவர்களுக்கு வழங்கும்போது, தங்களுடைய பிரதான முன்னுரிமை குறித்து அவர்கள் கூறிய வார்த்தைகளை இம்மி பிசகாமல் அப்படியே மீண்டும் அவர்களிடமே திருப்பிச் சொல்லுங்கள்.

2. 'ஆமாம்' என்ற பதிலை வரவழைக்கும் கேள்விகளை மட்டுமே கேளுங்கள்

உங்கள் உரையாடலின் துவக்கத்தில், 'ஆமாம்' என்ற பதிலை வரவழைக்கின்ற கேள்விகளை மட்டும் கேளுங்கள். 'இல்லை' என்ற பதிலை ஈர்க்கக்கூடிய கேள்விகளைக் கேட்காதீர்கள்.

'ஆமாம்' என்ற பதிலை வரவேற்கும் கேள்விகளுக்கான சில எடுத்துக்காட்டுகள்:

"பணம் சம்பாதிப்பதில் உங்களுக்கு ஆர்வம் இருக்கிறதா?"

"உங்கள் குடும்பம் மகிழ்ச்சியாக இருக்க வேண்டும் என்று நீங்கள் நினைக்கிறீர்கள், அப்படித்தானே?"

"நீங்கள் உங்கள் குழந்தைகளுடன் அதிக நேரம் செலவிட விரும்புவீர்களா?"

'ஆமாம்' என்ற பதிலளிப்புடன்கூடிய இது போன்ற நேர்மறையான அனுபவங்கள் அவர்களுக்குக் கிடைக்கும்போது, நீங்கள் ஏதாவது கேட்டால் அதற்கு 'இல்லை' என்று அவர்கள் கூற மாட்டார்கள். மக்களிடம் செல்வாக்குடன் திகழ்வது உங்கள் நோக்கமாக இருந்தால், அவர்கள் கூறுகின்ற விஷயங்களோடு நீங்கள் ஒத்துப் போகாமல் இருக்கும்போதுகூட அவர்கள் கூறுவது சரியென்பதை அவர்களிடமே நிரூபிப்பது உங்கள் இலக்காக இருக்க வேண்டும்.

3. உங்கள் தலையை ஆட்டுங்கள்

பொதுவாக நாம் நேர்மறையாக உணரும்போது நாம் நம் தலையை ஆட்டுகிறோம். நீங்கள் வேண்டுமென்றே தலையை ஆட்டினால் உங்களுக்குள் நேர்மறை உணர்வு பெருக்கெடுக்கும் என்று ஆய்வுகள் தெரிவிக்கின்றன. 'ஆமாம்' என்ற பதிலை வெளிக்கொணரும் வகையில் வடிவமைக்கப்பட்டக் கேள்விகளைக் கேட்கும்போது நீங்கள் தலை ஆட்டுங்கள்.

அப்போது உங்களுடன் பேசிக் கொண்டிருப்பவரும் தன் தலையை ஆட்டுவதைக் கண்டு நீங்கள் ஆச்சரியப்படுவீர்கள். அதோடு, நீங்கள் முன்வைக்கும் திட்டம் குறித்தும் அவர் நேர்மறையாக உணர்வார்.

4. இரண்டு 'ஆமாம்'களுக்கு இடையே ஏதாவது ஒன்றைத் தேர்வு செய்ய அவர்களுக்கு வாய்ப்பளியுங்கள்

உங்களிடம் பேசிக் கொண்டிருக்கும் நபருக்கு, 'ஆமாம்,' 'இல்லை' ஆகிய இரண்டில் ஏதேனும் ஒன்றைத் தேர்ந்தெடுப்பதற்கு நீங்கள் வாய்ப்பளித்தால், அவர்கள் பெரும்பாலும் 'இல்லை' என்பதையே தேர்ந்தெடுப்பர். ஏனெனில், அதுதான் பாதுகாப்பானது என்ற எண்ணம் பெரும்பாலானோரிடம் இருக்கிறது. எனவே, உங்களுக்காகப் பிறர் செய்ய விரும்பும் இரண்டு விஷயங்களில் ஏதாவது ஒன்றைத் தேர்ந்தெடுக்கும் வாய்ப்பை அவர்களுக்குக் கொடுங்கள்.

ஓர் எடுத்துக்காட்டைப் பார்க்கலாம்:

"நான் உங்களை சந்திக்க விரும்புகிறேன். மூன்று மணி உங்களுக்கு வசதியாக இருக்குமா? அல்லது நான்கு மணிக்கு வைத்துக் கொள்ளலாமா?

"உங்களுக்குப் பச்சை நிறம் பிடிக்குமா அல்லது நீல நிறம் பிடிக்குமா?"

"நீங்கள் கடனட்டையைப் பயன்படுத்தப் போகிறீர்களா அல்லது ரொக்கப் பரிவர்த்தனை மேற்கொள்ளப் போகிறீர்களா?"

"நீங்கள் எப்போது புறப்படப் போகிறீர்கள் புதன்கிழமையா அல்லது வியாழக்கிழமையா?"

15

ஆண்கள் காதுகொடுத்துக் கேட்கும் விதத்தில் பேசுவது எப்படி

ஆண்கள் தங்களுக்கிடையே தகவல்களைப் பரிமாறிக் கொள்ளும்போது குறிப்பிட்டச் சில விதிகளைக் கடைபிடிக்கின்றனர் என்று ஆய்வுகள் கூறுகின்றன. நீங்கள் ஒரு பெண்ணாக இருக்கும்பட்சத்தில் இந்த விதிகளைப் புரிந்து வைத்திருப்பது அவர்களுடன் வெற்றிகரமாகக் கலந்துரையாட உங்களுக்கு உதவும்.

ஆண்களின் மூளையை 'ஸ்கேன்' செய்து, அவர்களின் மூளைக்குள் ஏற்படும் மாற்றங்கள் குறித்து மேற்கொள்ளப்பட்ட ஆராய்ச்சிகளின் முடிவுகளின் அடிப்படையில் கீழ்க்கண்ட விதிமுறைகள் உருவாக்கப்பட்டுள்ளன. ஆண்கள் காதுகொடுத்துக் கேட்கும் விதத்தில் பேசுவதற்கு இவை உதவும்.

1. ஒரு நேரத்தில் ஒரு விஷயத்தைப் பற்றி மட்டும் பேசுங்கள்

ஆண்களின் மூளையானது தனித்தனிப் பிரிவுகளாகச் செயல்படுகின்ற ஒன்று. அவர்களுடைய மூளை தனித்தனிக் குட்டி அறைகளாகப் பிரிக்கப்பட்டு ஒவ்வோர் அறையும் ஒரு குறிப்பிட்ட வேலையைச் செய்வதில் மட்டும் கவனம் செலுத்துவதுபோல இருக்கிறது. அந்த அறைகள் பிறவற்றுடன் தொடர்பு கொள்ளாமல் தனியாகச் செயல்படுகின்றன. ஒரே நேரத்தில் பல கோணங்களில் ஆண்களிடம் பேசாதீர்கள். உங்களுடைய யோசனைகளையும் கருத்துக்களையும் தனித்தனியாக வைத்துக் கொண்டு, ஒரு நேரத்தில் ஒன்றைப் பற்றி மட்டும் பேசுங்கள்.

2. ஆண்கள் பேச வாய்ப்புக் கொடுங்கள்

ஒரு நேரத்தில் ஆண்களால் பேச முடியும் அல்லது காதுகொடுத்துக் கேட்க முடியும். ஆனால், இரண்டையும் ஒரே நேரத்தில் அவர்களால் செய்ய முடியாது. இப்படித்தான் அவர்களுடைய மூளை வடிவமைக்கப்பட்டிருக்கிறது. பெரும்பாலான ஆண்களால் இவை இரண்டையும் ஒரே சமயத்தில் செய்ய முடியாது. அதனால்தான் பேசுவதற்குத் தங்கள் முறைக்காக அவர்கள் காத்திருக்கின்றனர். அதனால் அவர்கள் பேசத் தொடங்கினால் அதை அனுமதியுங்கள், அவர்களை முழுமையாகப் பேசவிடுங்கள். அவர்களுடைய பேச்சுக்கு நடுவில் குறுக்கிடாதீர்கள்.

3. ஆண்களுடன் பேசும்போது உங்கள் முகத்தில் உணர்ச்சிகளை வெளிக்காட்டாதீர்கள்

தங்களுடன் பேசும்போது பல்வேறு முகபாவங்களை வெளிப்படுத்துகின்றவர்கள், ஒன்று, மனநிலை பிசகியவர்களாக இருக்க வேண்டும் அல்லது அவர்களுக்கு மனச்சிக்கல்கள் இருக்க வேண்டும் என்று ஆண்கள் கருதுகின்றனர். எனவே, ஓர் ஆண் பேசிக் கொண்டிருப்பதை நீங்கள் கேட்டுக் கொண்டிருக்கும்போது, உங்கள் முகத்தில் உணர்ச்சிகளை வெளிக்காட்டாதீர்கள். "ஹ்ம்," "சரி," "அப்படியா?" போன்ற சிக்கனமான வார்த்தைகளைப் பேசி அவர்கள் தொடர்ந்து பேச அவர்களை ஊக்கப்படுத்துங்கள்.

4. ஆண்களுக்குத் தகவல்களை அளியுங்கள்

ஆண்களின் மூளையானது பொருட்களுக்கு இடையேயான உறவு குறித்து அறிந்து கொள்ள ஆர்வம் காட்டும் ஒன்று. எனவே, பிரச்சனைக்கான தீர்வு, அது குறித்தப் புள்ளிவிபரங்கள், தகவல்கள் போன்றவற்றை அவர்களிடம் கொடுங்கள். உணர்வுபூர்வமான வேண்டுகோள்களைத் தவிர்த்துவிடுங்கள். மாறாக, உங்கள் பக்க நியாயத்தை அவர்களிடம் நிரூபியுங்கள்.

5. சுற்றி வளைத்துப் பேசாதீர்கள்

பொதுவாக ஆண்களின் வாக்கியங்கள் பெண்களின் வாக்கியங்களைவிடச் சிறியவையாக இருக்கும். ஆனால் அவற்றில் தகவல்கள், புள்ளிவிபரங்கள் மற்றும் தீர்வுகள் அதிகம் இடம்பெற்றிருக்கும். உளகத்திற்கு இடமளிக்காதீர்கள். ஆண்களிடம் நேரடியாக விஷயத்திற்கு வாருங்கள்.

16

பெண்கள் காதுகொடுத்துக் கேட்கும் விதத்தில் பேசுவது எப்படி

பெண்கள் தங்களுக்குள் உரையாடிக் கொள்ளும்போது விஷேசமான விதிமுறைகளைப் பயன்படுத்துவதாக ஆய்வுகள் தெரிவிக்கின்றன. நீங்கள் ஓர் ஆணாக இருக்கும்பட்சத்தில் அந்த விதிமுறைகளைப் புரிந்து கொண்டு நடைமுறைப்படுத்தினால், உங்கள் பேச்சைப் பெண்கள் நன்றாகக் காதுகோடுத்துக் கேட்பார்கள்.

பெண்களின் மூளையை 'ஸ்கேன்' செய்து, அவர்களுடைய மூளைக்குள் ரத்தம் பாயும்போது ஏற்படும் மாற்றங்கள் குறித்து மேற்கொள்ளப்பட்ட ஆராய்ச்சிகளின் முடிவுகளின் அடிப்படையில் கீழ்க்கண்ட விதிமுறைகள் உருவாக்கப்பட்டுள்ளன.

1. உரையாடலில் பங்கு பெறுங்கள்

பெண்களுடன் உரையாடிக் கொண்டிருக்கும்போது நீங்கள் உங்கள் முறை வருவதற்காகக் காத்திருக்கத் தேவையில்லை. ஒரே சமயத்தில் பேசவும் கேட்கவும் பெண்களால் முடியும். ஓரிடத்தில் பல பெண்கள் ஒன்றாகக் கூடியிருக்கும்போது அவர்களில் பலர் ஒரே சமயத்தில் பேசிக் கொண்டிருப்பதை நீங்கள் பார்த்திருக்கக்கூடும். அதற்கு இதுதான் காரணம். ஏனெனில், அவர்களுக்கு இது சாத்தியம். நீங்கள் உங்கள் முறைக்காகக் காத்துக் கொண்டிருந்தால், உங்களுக்கு முதுமை வந்துவிடும். பெண்களுடன் உரையாடும்போது நீங்கள் துடிப்புடன் அதில் கலந்து கொள்ளவில்லை என்றால், உங்களுக்கு அதில் ஈடுபாடு இல்லை என்றோ அல்லது நீங்கள் அதை விமர்சனக் கண்ணோட்டத்துடன் அணுகுகிறீர்கள் என்றோ அவர்கள் கருதுவர்.

2. கேட்டுக் கொண்டிருக்கும்போது முகத்தில் உணர்ச்சிகளைக் காட்டுங்கள்

பெண்களுடைய உணர்ச்சிகளை அவர்களுடைய முகங்கள் பிரதிபலிக்கும். அதனால் அவர்களுடன் உரையாடும்போது அவர்களுடைய முகத்தில் தெரியும் உணர்ச்சிகளை அப்படியே நீங்கள் நகலெடுங்கள். அது அவர்களுடன் நல்ல உறவை வளர்த்துக் கொள்ள உதவும். ஆனால் இதைத் தப்பித்தவறிக்கூட ஆண்களிடம் பயன்படுத்திவிடாதீர்கள்.

3. உங்களைப் பற்றிய சொந்தத் தகவல்களை அவர்களிடம் தெரிவியுங்கள்

பிறருடைய உணர்ச்சிகளைக் கணிப்பதிலும் பிறருக்கு இடையேயான உறவுகளை எடைபோடுவதிலும் பெண்கள் வல்லவர்கள். அதனால் உங்களைப் பற்றிய தனிப்பட்டத் தகவல்கள், உங்கள் குடும்பம், மற்றும் உறவு குறித்த விஷயங்களை நீங்களாகவே முன்வந்து பெண்களுடன் பகிர்ந்து கொள்ளுங்கள்.

4. நேரடியாக விஷயத்திற்கு வராதீர்கள்

பெண்கள் பேசும் வாக்கியங்கள் ஆண்களின் வாக்கியங்களைவிடப் பெரியவையாக இருக்கும். அவற்றில் பல விஷயங்களின் கலவை இருக்கும். அவர்கள் பேசிக் கொண்டிருக்கும் விஷயம் குறித்த அவர்களுடைய உணர்ச்சிகள் அவற்றில் கரைபுரண்டு ஓடும். அதனால் அவர்களிடம் நேரடியாக விஷயத்திற்கு வருவதைத் தவிர்த்துவிடுங்கள். அதேபோல, ஒரு பிரச்சனைக்கு உடனடியாகத் தீர்வு வழங்குவது, வெட்டு ஒன்று துண்டு இரண்டு என்ற ரீதியில் பேசுவது போன்றவையெல்லாம் அவர்களிடம் சரிப்பட்டு வராது. அவர்களுடன் அதிகத் தோழமையுடனும் ஆசுவாசமாகவும் இருங்கள், அவர்களுடன் ஒத்துப் போய்விடுங்கள். பிறகு நிகழ்வதைப் பொறுத்திருந்து பாருங்கள்.

17

உங்களுடைய அகராதியிலிருந்து அகற்றப்பட வேண்டிய 17 சொற்றொடர்கள்

கீழ்க்கண்ட சொற்றொடர்கள் மிகவும் ஆபத்தானவை. வெளிப்பார்வைக்கு அவை ஒன்றைத் தெரிவிப்பதுபோலத் தோன்றினாலும், அவற்றைப் பேசிக் கொண்டிருப்பவரின் உணர்ச்சிகள், பாரபட்சமான எண்ணங்கள் போன்றவற்றை வெளிப்படுத்திவிடும் தன்மை கொண்டவை அவை. அவை உங்கள் நன்மதிப்பைக் கெடுத்துவிடும் என்பதால் அவற்றை உங்கள் அகராதியிலிருந்து முற்றிலுமாக நீக்கிவிடுங்கள்.

நீங்கள் பேசும் வார்த்தைகள்	அடுத்தவர் புரிந்து கொள்ளும் விதம்
அது ஒருவிதமான . . . அதாவது, வந்து . . .	உங்களுக்குத் துணிச்சல் இல்லை அல்லது அவ்விஷயம் குறித்துத் தெரியவில்லை
நான் கூற வருவது உங்களுக்குப் புரியும் என்று நான் நினைக்கிறேன்	நீங்கள் கூற வருவது குறித்து உங்களுக்கு ஒரு தெளிவு இல்லை
என் மனைவி/கணவர்	உங்கள் வாழ்க்கைத்துணைவரை நீங்கள் அந்நியமாக்குகிறீர்கள்
உண்மையிலேயே நேர்மையாக என்னை நம்புங்கள் வெளிப்படையாக ஒளிவுமறைவின்றி	பொய் பேசுவோர், நேர்மையற்று இருப்போர், தம்பட்டம் அடித்துக் கொள்வோர் ஆகியோர் பொதுவாக இது போன்ற வார்த்தைகளோடுதான் தங்கள் பேச்சைத் துவக்குவர்
அதிலென்ன சந்தேகம்?	அடுத்தவரை நீங்கள் வலுக்கட்டாயமாக ஒரு விஷயத்திற்கு உடன்பட வைக்கிறீர்கள்

நீங்கள் பேசும் வார்த்தைகள்	அடுத்தவர் புரிந்து கொள்ளும் விதம்
கண்டிப்பாகச் செய்தாக வேண்டும்	குற்றவுணர்வு கொள்ள வைப்பதன் மூலமாகவோ அல்லது கடமையைக் காரணம் காட்டியோ அடுத்தவர் ஒரு விஷயத்தோடு உடன்படுவதற்கு அவரை நீங்கள் கட்டாயப்படுத்துகிறீர்கள்
என்னைத் தவறாகப் புரிந்து கொள்ளாதீர்கள்	நீங்கள் எதிர்மறையான ஒரு விஷயத்தை அல்லது விமர்சனத்தை முன்வைக்கப் போகிறீர்கள்
என் தாழ்வான அபிப்பிராயப்படி	நீங்கள் அகந்தையுடன் ஏதோ ஒன்றைக் கூறப் போகிறீர்கள்
நான் அப்படி இருக்க விரும்பவில்லை	உண்மையில் நீங்கள் அப்படி இருக்கத்தான் விரும்புகிறீர்கள். எடுத்துக்காட்டாக, 'நான் மதிப்பற்ற முறையில் பேச விரும்பவில்லை,' என்று நீங்கள் கூறினால், நீங்கள் அது போன்ற ஏதோ ஒன்றைக் கூற விரும்புகிறீர்கள் என்று பொருள் கொள்ளப்படும்.
நான் முயற்சி செய்கிறேன்	உங்கள் முயற்சியில் நீங்கள் வெற்றி பெறுவீர்கள் என்ற நம்பிக்கை உங்களுக்கு இல்லை
என்னால் முடிந்த அளவு சிறப்பாகச் செய்கிறேன்	அது உங்கள் தகுதிக்கு மீறிய ஒரு விஷயம்
மரியாதையுடன்	உங்களுக்கு அடுத்தவர்மீது துளிகூட மரியாதை கிடையாது

இச்சொற்றொடர்கள் குறித்து விழிப்போடு இருங்கள். அவற்றை உங்களுடைய அகராதியிலிருந்து அப்புறப்படுத்த உறுதி எடுத்துக் கொள்ளுங்கள்.

நீங்கள் கண்டிப்பாகப் பயன்படுத்த வேண்டிய 12 சக்திமிக்க வார்த்தைகள்

உரையாடல்களில் பயன்படுத்தப்படுகின்ற வார்த்தைகளில் சக்திமிக்கவை என்று கலிபோர்னியா பல்கலைக்கழக ஆய்வு ஒன்றின் மூலம் கண்டறியப்பட்டவை இவை:

கண்டுபிடிப்பு	உத்தரவாதம்
அன்பு	நிரூபணமானது
முடிவுகள்	சேமிப்பு
சுலபம்	ஆரோக்கியம்
பணம்	புதிது
பாதுகாப்பு	நீங்கள்

சமீபத்தில் நடத்தப்பட்டப் புதிய ஆய்வுகளின் முடிவுகள் மூலம் நிரூபணமாகியுள்ள இந்த வார்த்தைகளை நீங்கள் பயன்படுத்தினால், நீங்கள் மேலும் அதிகமான அன்பையும் ஆரோக்கியத்தையும் உத்தரவாதமாகப் பெறுவீர்கள் என்றும், அதிகப் பணத்தைச் சேமிப்பீர்கள் என்றும் கண்டுபிடிக்கப்பட்டுள்ளது. அதோடு, இவ்வார்த்தைகள் முற்றிலும் பாதுகாப்பானவை, பயன்படுத்துவதற்கு சுலபமானவை.

இந்த வார்த்தைகளை நீங்கள் உங்கள் அகராதிக்குள் நுழைத்து அவற்றை அன்றாடம் பயன்படுத்தி வந்தால், அவை வெகுவாகப் பலனளிக்கும் என்பது உறுதி.

எதிர்மறை வாக்கியங்களை நேர்மறை வாக்கியங்களாக மாற்றுவது எப்படி

ஒருவர்மீது விமர்சனங்களை வீசுவதற்கு பதிலாக அவர்களை நோக்கி ஆக்கபூர்வமான பாராட்டுக்களை அள்ளி வீசுவதற்கு முயற்சிப்பது எப்போதும் சாத்தியமே. பிறரை விமர்சிப்பதற்கு பதிலாக அவர்கள் எடுத்த முயற்சிக்காக அவர்களைப் பாராட்டலாம். இதற்கான ஒருசில எடுத்துக்காட்டுகளை இப்போது நாம் பார்க்கலாம்.

இப்படிச் சொல்வதற்கு பதிலாக . . .	இப்படிச் சொல்லலாம்
உனக்கு ஊதிய உயர்வு கிடைக்காமல் போனது துரதிர்ஷ்டமே	பார்பரா, இம்முறை உனக்கு ஊதிய உயர்வு கிடைக்காமல் போய்விட்டாலும், உனக்கு என்ன வேண்டும் என்று நீ உன் மேலாளரிடம் கூறியது சரிதான். அவருடைய மனத்தை மாற்ற வேறு என்ன செய்யலாம் என்று யோசி.
நீ எழுதியுள்ள கதை அபத்தமாக இருக்கிறது	மேரி, உன் கதையில் வரும் கிளாரா கதாபாத்திரம், ஒன்று, தான் விரும்பியவனை மணக்க வேண்டும் அல்லது அந்த ஊரைவிட்டே ஓடிவிட வேண்டும் என்ற ஓர் இக்கட்டான சூழலை நீ சித்தரித்திருந்த விதம் எனக்குப் பிடித்திருந்தது. அதற்கு உனக்கு எங்கிருந்து யோசனை கிடைத்தது?

இப்படிச் சொல்வதற்கு பதிலாக . . .	இப்படிச் சொல்லலாம்
இத்தேர்வில் தேற நீ ஐந்து முறை முயற்சி செய்திருக்கிறாய். உனக்கு எது பிரச்சனையாக இருந்தது?	ஸ்டேன்லி, நீ விடாக்கண்டனாக இருந்து, தொடர்ந்து முயற்சி செய்து இம்முறை வெற்றி பெற்றுவிட்டாய். வாழ்த்துக்கள். இதை எப்படிக் கொண்டாடலாம்?
இம்முறையும் உனக்குத் தோல்விதான் ஏற்பட்டுள்ளது. மீண்டும் முயற்சிக்க நீ இன்னும் பல மாதங்கள் காத்திருக்க வேண்டும்.	லாரன்ஸ், வாழ்த்துக்கள்! வெற்றி உனக்கு முன்பைவிட அருகில் வந்துள்ளது.

20

பயத்தையும் கவலையையும் கையாள்வது எப்படி

வாழ்க்கையில் நாம் கவலைப்படும் விஷயங்களில்

87% ஒருபோதும் நடப்பதேயில்லை என்றும்,
7% மட்டுமே உண்மையில் நிகழ்கின்றன என்றும்,
6% விஷயங்களில் அவற்றின் விளைவுகள்மீது
உங்களால் தாக்கம் விளைவிக்க முடியும் என்றும்

ஆய்வுகள் தெரிவிக்கின்றன.

அதாவது, வாழ்க்கையில் நீங்கள் கவலைப்படும் விஷயங்களில் பெரும்பாலானவை நடப்பதேயில்லை. அப்படி நிகழும் விஷயங்கள்மீது உங்களுக்கு மிகக் குறைவான கட்டுப்பாடே இருக்கிறது அல்லது சில சமயங்களில் எந்தக் கட்டுப்பாடும் இருப்பதில்லை. எனவே, நீங்கள் பயப்படும் விஷயங்கள் குறித்து நீங்கள் கவலைப்படுவதில் அர்த்தமில்லை.

பயம் என்பது உண்மையில் நடக்காமல் போக அதிக வாய்ப்பிருக்கும் விஷயங்கள் குறித்த ஒரு மாயக் கற்பனையே தவிர வேறொன்றும் இல்லை.

எந்தப் பின்விளைவுகள் ஏற்படக்கூடாது என்று நீங்கள் விரும்புகிறீர்களோ அவற்றைப் பற்றி நீங்கள் சிந்திக்கும்போது, அதற்கு உங்கள் உடல் ஆற்றுகின்ற ஓர் எதிர்வினைதான் பயம். நீங்கள் அதை ஒரு பொருட்டாக மதிக்காமல் இருப்பதுதான் புத்திசாலித்தனம்.

உங்கள் வாழ்க்கையில் எது நிகழக்கூடாது என்று நீங்கள் விரும்புகிறீர்களோ அது குறித்து ஒருபோதும் சிந்திக்காதீர்கள். எந்தவொரு சூழ்நிலையிலும், உங்களுக்கு என்ன விளைவுகள் வேண்டும் என்பது குறித்து மட்டுமே சிந்தியுங்கள். பொதுவாக, உங்களுக்கு என்ன வேண்டும் என்று நீங்கள் நினைக்கிறீர்களோ அதுவே உங்களுக்குக் கிடைக்கிறது.

ரத்தினச்சுருக்கமாக

உத்தி 5. மக்களுடன் சுவாரசியமாகப் பேசுவது எப்படி

* மக்களுக்கு எப்போதும் தங்கள்மீதுதான் அதிக ஈடுபாடு இருக்கிறது.
* 'நான்,' 'என்னுடைய' ஆகிய வார்த்தைகளை உங்கள் அகராதியிலிருந்து நீக்கிவிட்டு, அவற்றுக்கு பதிலாக, 'நீங்கள்,' 'உங்களுடைய' ஆகிய வார்த்தைகளைப் பயன்படுத்துங்கள்.

உத்தி 6. சிறப்பான கேள்விகளைக் கேட்பது எப்படி

* உரையாடலை உயிரோடு வைத்திருக்கும் கேள்விகளை மட்டுமே கேளுங்கள். 'எப்படி,' 'ஏன்,' 'எந்த வழியில்,' 'அதைப் பற்றிக் கூறுங்கள்' போன்ற வார்த்தைகளோடு உங்கள் கேள்விகளைத் துவக்குங்கள்.

உத்தி 7. ஓர் உரையாடலைத் துவக்குவது எப்படி

* ஒரு சூழல் குறித்து அல்லது நீங்கள் உரையாடிக் கொண்டிருப்பவர் குறித்துப் பேசுவதன் மூலம் உங்கள் உரையாடலைத் துவக்குங்கள்.
* உரையாடலை ஒரு கேள்வியுடன் துவக்குங்கள்.

உத்தி 8. ஓர் உரையாடலை நகர்த்திச் செல்வது எப்படி

* 'அப்படியென்றால்?' 'எடுத்துக்காட்டாக?' 'அப்புறம்?' 'பிறகு என்ன செய்தீர்கள்?' என்பவை போன்ற, 'உரையாடல் பாலம்' அமைக்கும் சொற்களைப் பயன்படுத்துங்கள்.

உத்தி 9. உங்கள் உரையாடலில் மற்றவர்கள் சுவாரசியம் கொள்ளும்படி செய்வது எப்படி

* மற்றவர்களுக்கு என்ன பிடிக்குமோ அதைப் பற்றிப் பேசி அதை அவர்கள் அடைவதற்கான வழியை அவர்களுக்குக் காட்டுங்கள்.

உத்தி 10. மற்றவர்கள் உங்களைக் குறித்து உடனடியாக நேர்மறையாக உணரும்படி செய்வது எப்படி

* எல்லோரிடமும் புன்னகை புரியுங்கள். 'எனக்கு உங்களைப் பிடித்திருக்கிறது, நான் உங்களை ஏற்றுக் கொள்கிறேன்,' என்ற செய்தியை ஒரு புன்னகை தெரிவிக்கிறது.

உத்தி 11. பிறருடைய நிலையில் உங்களை வைத்துப் பார்ப்பது எப்படி

* பிறர் எவ்வாறு உணர்கின்றனர் என்பதை நீங்கள் அறிவீர்கள் என்பதை அவர்களுக்கு எடுத்துரையுங்கள். அவர்கள் அப்போதிருக்கும் அதே நிலையில் இருந்த மற்றொருவரை உங்களுக்குத் தெரியும் என்பதையும் அவர்களிடம் கூறுங்கள். பிறகு, அந்த இன்னொருவர் கடைபிடித்தத் தீர்வை அவர்களுக்கு எடுத்துரையுங்கள்.

உத்தி 12. உங்களை விமர்சிப்பவர் உட்பட எல்லோருடனும் இணக்கமாக இருப்பது எப்படி

* விமர்சனத்தில் உள்ள உண்மையோடு ஒத்துப் போய்விடுங்கள்.
* விமர்சனம் செய்வதற்கு ஒருவருக்கு இருக்கும் உரிமையை மதியுங்கள்.

உத்தி 13. பிறர் உங்களைக் குறித்து நல்லவிதமான உணர்வைக் கொள்ளும்படி செய்வது எப்படி

- உங்களைக் குறித்தும் நீங்கள் மேற்கொள்ளும் செயல்கள் குறித்தும் நேர்மறையாக இருங்கள்.
- பேசும்போது மிகவும் உற்சாகமாகப் பேசுங்கள்.
- எதைப் பற்றியும் யாரைப் பற்றியும் விமர்சிக்காதீர்கள்.

உத்தி 14. நீங்கள் கூறுவதை மற்றவர்கள் ஏற்றுக் கொள்ளும்படி செய்வது எப்படி

- நீங்கள் கூறுவதற்கு அவர்கள் 'சரி' என்று கூற அவர்களுக்கு ஒரு காரணத்தை அளியுங்கள்.
- 'ஆமாம்' என்ற பதிலை வரவழைக்கும் கேள்விகளை மட்டும் கேளுங்கள்.
- நீங்கள் பேசும்போதும் பிறர் பேசுவதை நீங்கள் கேட்டுக் கொண்டிருக்கும்போதும் தலையை ஆட்டுங்கள்.
- இரண்டு 'ஆமாம்'களுக்கு இடையே ஏதாவது ஒன்றைத் தேர்வு செய்ய அவர்களுக்கு வாய்ப்பளியுங்கள்.

உத்தி 15. ஆண்கள் காதுகொடுத்துக் கேட்கும் விதத்தில் பேசுவது எப்படி

- ஒரு சமயத்தில் ஒரு விஷயத்தைப் பற்றி மட்டும் பேசுங்கள்.
- ஆண்களுக்குத் தகவல்களை அளியுங்கள்.
- அவர்கள் பேச வாய்ப்புக் கொடுங்கள்.
- அவர்களுடன் பேசும்போது உங்கள் முகத்தில் உணர்ச்சிகளை வெளிக்காட்டாதீர்கள்.
- சுற்றி வளைத்துப் பேசாதீர்கள்.

உத்தி 16. பெண்கள் காதுகொடுத்துக் கேட்கும் விதத்தில் பேசுவது எப்படி

- அவர்களுடைய உரையாடலில் பங்கு பெறுங்கள். வெறுமனே உங்கள் முறைக்காகக் காத்துக் கொண்டிருக்காதீர்கள்.
- அவர்கள் பேசுவதை நீங்கள் கேட்டுக்கொண்டிருக்கும்போது உங்கள் முகத்தில் உணர்ச்சிகளைக் காட்டுங்கள்.
- உங்களைப் பற்றிய சொந்தத் தகவல்களை அவர்களிடம் தெரிவியுங்கள்.
- தீர்வுகளுக்கு அல்லது முடிவுகளுக்கு அவர்களை அவசரப்படுத்தாதீர்கள.
- நேரடியாக விஷயத்திற்கு வராதீர்கள்.

உத்தி 17. உங்களுடைய அகராதியிலிருந்து அகற்றப்பட வேண்டிய 17 சொற்றொடர்கள்

- 'அது ஒருவிதமான . . .,' 'அதாவது, வந்து . . .,' 'நான் கூற வருவது உங்களுக்குப் புரியும் என்று நான் நினைக்கிறேன்,' 'என் மனைவி/கணவர்,' 'உண்மையிலேயே,' 'நேர்மையாக,' 'என்னை நம்புங்கள்' போன்ற, உங்களுடைய நம்பகத்தன்மையை பாதிக்கக்கூடிய சொற்களையும் சொற்றொடர்களையும் தவிர்த்துவிடுங்கள.

உத்தி 18. நீங்கள் கண்டிப்பாகப் பயன்படுத்த வேண்டிய 12 சக்திமிக்க வார்த்தைகள்

- 'கண்டுபிடிப்பு, உத்தரவாதம், அன்பு, நிரூபணமானது, முடிவுகள், சேமிப்பு, சுலபம், ஆரோக்கியம், பணம், புதிது, பாதுகாப்பு, நீங்கள்,' ஆகிய 12 வார்த்தைகளையும் உங்கள் அகராதியில் சேர்த்துக் கொண்டு, அவற்றை உங்கள் உரையாடல்களில் பயன்படுத்துங்கள்.

உத்தி 19. எதிர்மறை வாக்கியங்களை நேர்மறை வாக்கியங்களாக மாற்றுவது எப்படி

*   ஒருவர்மீது விமர்சனங்களை அள்ளி வீசுவதற்கு பதிலாக அவரை நோக்கி ஆக்கபூர்வமான பாராட்டுக்களை அள்ளி வீசுவதற்கு முயற்சி செய்யுங்கள்.

உத்தி 20. பயத்தையும் கவலையையும் கையாள்வது எப்படி

*   நீங்கள் கவலைப்படும் விஷயங்களில் பெரும்பாலானவை நடப்பதில்லை. எனவே அவற்றைப் பற்றிக் கவலைப்படுவதில் எந்த அர்த்தமும் இல்லை.
*   பயம் என்பது உண்மையில் நடக்காமல் போக அதிக வாய்ப்பிருக்கும் விஷயங்கள் குறித்த ஒரு மாயக் கற்பனையே தவிர வேறொன்றும் இல்லை என்ற கண்ணோட்டத்துடன் பயத்தை அணுகுங்கள்.

பகுதி 3

வர்த்தகரீதியான விளக்கவுரைகளை அளித்தல்

21

முதல் சந்திப்பிலேயே சிறப்பான தாக்கத்தை ஏற்படுத்துவது எப்படி

தனிப்பட்ட வாழ்க்கையில் 'முதல் பார்வையிலேயே காதல்' எப்படிப்பட்டதோ, தொழில் வாழ்க்கையில் முதல் சந்திப்பிலேயே சிறப்பான தாக்கத்தை ஏற்படுத்துவதும் அப்படிப்பட்டதுதான். அதற்கு உதவக்கூடிய ஒன்பது உத்திகள் இதோ:

1. உங்களுடைய நுழைவு:

நீங்கள் ஓர் அறைக்குள் நுழைய உங்களுக்கு அழைப்பு விடுக்கப்பட்டால், தயக்கமின்றி அங்கு நுழையுங்கள். தன் தலைமையாசிரியரின் அறை வாசலில் திகைத்து நிற்கும் பள்ளி மாணவனைப்போல அறை வாசலில் முழித்துக் கொண்டு நிற்காதீர்கள். தன்னம்பிக்கை இல்லாதவர்கள் மட்டுமே ஓர் அறைக்குள் நுழையும்போது தயக்கம் காட்டுவார்கள். துடிப்புடன் அறைக்குள் நுழைந்து தொடர்ந்து அதே வேகத்தில் நடைபோடுங்கள்.

2. உங்கள் அணுகுமுறை:

மிடுக்காக நடந்து செல்லுங்கள். செல்வாக்குள்ள மனிதர்களும் பிறருடைய கவனத்தை சுலபமாகப் பெறுகின்றவர்களும், பொதுவாக மிதமான வேகத்தில் மிடுக்காக நடப்பர். மெதுவாக நடந்து செல்பவர்கள் தாங்கள் சுறுசுறுப்பானவர்கள் அல்ல என்ற தகவலை வெளிப்படுத்துகின்றனர்.

3. கைகுலுக்கல்:

பிறரிடம் கைகுலுக்கும்போது உங்கள் கையைச் செங்குத்தாக வைத்துக் கொள்ளுங்கள். உங்களிடம் கைகுலுக்கிக் கொண்டிருப்பவர் உங்கள் கையில் என்ன அழுத்தம் கொடுக்கின்றாரோ அதே அழுத்தத்தை நீங்களும் கொடுங்கள். அவர் தன் கையை விலக்கிக் கொள்ளும்வரை காத்திருங்கள். ஒருபோதும் ஒரு மேசையின் குறுக்காகக் கையை நீட்டி ஒருவருடன் கைகுலுக்காதீர்கள். அடுத்தவர் உங்களைவிடத் தன்னை மேலானவராகக் கருத அது வழிவகுத்துவிடும்.

4. உங்கள் புன்னகை:

நீங்கள் புன்னகைக்கும்போது உங்கள் பற்கள் லேசாக வெளியே தெரியட்டும். புன்னகை உங்கள் வாயில் இருந்து மட்டும் வெளிப்படாமல், முகம் மலரப் புன்னகை புரியுங்கள்.

5. புருவத்தை லேசாக உயர்த்துங்கள்:

மனிதனிடம் தொன்று தொட்டு இருந்து வரும் ஒரு பழக்கம் இது. அது நம் ரத்தத்தில் ஊறிய ஒன்று. நீங்கள் ஒருவரோடு அறிமுகம் செய்து கொள்ளும்போது, உங்கள் புருவத்தை ஒரு கணநேரம் லேசாக உயர்த்துங்கள்.

6. நீங்கள் பேசும்போது:

நீங்கள் பேசத் தொடங்கியவுடன் முதல் 15 விநாடிக்குள் அடுத்தவரின் பெயரை இருமுறையாவது பயன்படுத்துங்கள். தொடர்ந்து 30 விநாடிகளுக்கு மேல் பேசாதீர்கள். பிறர் பேசிக் கொண்டிருக்கும் வேகத்தைக் காட்டிலும் ஓரளவு மெதுவாகப் பேசுங்கள்.

7. நீங்கள் உட்காரும்போது:

நீங்கள் ஒருவரை சந்திக்கும்போது அவருக்கு எதிராக உள்ள உயரம் குறைந்த நாற்காலி ஒன்றில் உட்காரும்படி நேர்ந்தால், அந்த நாற்காலியை அந்நபரை நோக்கி 45 டிகிரி திருப்பிப் போட்டு அதில் உட்கார்ந்து கொள்ளுங்கள். குறுக்கு விசாரணை செய்யப்படுபவர்போலத் தோற்றம் ஏற்படாமல் இருக்க அது உதவும். நாற்காலியைத் திருப்ப முடியாவிட்டால், நீங்கள் உங்கள் உடலை அக்கோணத்தில் வளைத்து உட்கார்ந்து கொள்ளுங்கள்.

8. உங்களுடைய பாவனைகள்:

அமைதியாக இருக்கின்ற, தங்களுடைய உணர்ச்சிகளைத் தங்கள் கட்டுப்பாட்டிற்குள் வைத்திருக்கின்ற நபர்கள், தெளிவான, குழப்பமற்ற அசைவுகளை மேற்கொள்வர். வாழ்க்கையில் உயர்ந்த அந்தஸ்தில் இருப்பவர்கள், கீழ்நிலையில் இருப்பவர்களோடு ஒப்பிடுகையில் குறைவான அசைவுகளையே வெளிப்படுத்துவர். உங்கள் முகவாய்க்கு மேலாக உங்கள் கைகளைத் தூக்காதீர்கள். சூழ்நிலை பொருத்தமாக இருக்கும் பட்சத்தில், நீங்கள் பேசிக் கொண்டிருப்பவரின் உடல் அசைவை நகலெடுங்கள்.

9. வெளியேறுதல்:

நீங்கள் வந்த வேலை முடிந்தவுடன், அவசரமின்றி உங்கள் உடைமைகளை உங்களுடைய கைப்பை அல்லது கைப்பெட்டியில் எடுத்து வைத்துக் கொண்டு, முடிந்தால் நீங்கள் உரையாடிய நபருடன் கைகுலுக்கிவிட்டு, பிறகு திரும்பி அந்த அறையைவிட்டு வெளியேறுங்கள். அந்த அறைக்குள் நீங்கள் நுழையும்போது அதன் கதவு மூடப்பட்டிருந்தால், நீங்கள் வெளியேறும்போது அதை மூடிவிட்டுச் செல்லுங்கள். நீங்கள் வெளியேறும்போது பிறர் உங்களைப் பின்னால் இருந்து பார்ப்பர் என்பதால், நீங்கள் ஆணாக இருந்தால், உங்கள் காலணிகளின் பின்புறமும் பளிச்சூட்டப்பட்டிருப்பதை உறுதி செய்து கொள்ளுங்கள். நீங்கள் பெண்ணாக இருந்தால், உங்கள் உடல் அசைவு குறித்து கவனமாக இருங்கள். கதவை நெருங்கியதும் பின்னால் திரும்பிப் புன்னகை புரியுங்கள். அந்த அறையைவிட்டு நீங்கள் வெளியேறும்போது அவர்கள் கடைசியாகப் பார்ப்பது உங்கள் பின்புறமாக இல்லாமல், உங்கள் புன்னகையாக இருக்கட்டும்.

22

வர்த்தகத்தில் விமர்சனங்களை எதிர்கொள்வது எப்படி

உங்கள் வாடிக்கையாளர் அல்லது வாடிக்கையாளராக ஆவதற்கு வாய்ப்புள்ளவர் உங்களைப் பற்றியோ அல்லது உங்கள் நிறுவனத்தைப் பற்றியோ விமர்சனத்தை முன்வைத்தால், அதைச் சமாளிக்க ஓர் உத்தி உள்ளது. 'உங்கள் காலணிகளை அவருக்கு மாட்டிவிடுவது' என்று அதற்குப் பெயர். உங்கள் நிலையில் அவர் இருந்து, வேறொருவர் இதே போன்ற ஒரு விமர்சனத்தை அல்லது குற்றச்சாட்டை அவர் முன் வைத்தால் அவர் என்ன செய்வார் என்று கேட்பதுதான் அந்த உத்தி.

அவர்களுடைய பதில் என்னவாக வேண்டுமானாலும் இருந்துவிட்டுப் போகட்டும். ஆனால் உங்கள் பதில் எப்போதும் இதுபோல இருக்கட்டும்:

"நீங்கள் சொல்வது முழுக்க முழுக்கச் சரி. நாங்களும் அதைத்தான் செய்தோம்!" என்றோ, அல்லது "நீங்கள் சொல்வது முழுக்க முழுக்கச் சரி. நாங்களும் அதைத்தான் செய்யப் போகிறோம்!" என்றோ கூறுங்கள்.

எடுத்துக்காட்டாக:

வாடிக்கையாளர்: "நீங்கள் உங்கள் பொருட்களை விரைவாக அனுப்புவதில்லை என்று கேள்விப்பட்டேன்."

நீங்கள்: "நீங்கள் கூறுவது சரிதான். ஒரு சமயம் எங்கள் கிட்டங்கியில் ஒரு சில பிரச்சனைகள் இருந்தன. இது போன்ற ஒரு நிறுவனத்தில் நீங்கள் மேலாளராக இருந்தால், நீங்கள் என்ன செய்வீர்கள்?"

வாடிக்கையாளர்: "இந்த விஷயத்தில் தொடர்புள்ள அனைவரையும் அழைத்து நான் ஒரு கூட்டம் போட்டு, நிறுவனத்தின் பொருட்கள் சரியான சமயத்தில் வாடிக்கையாளர்களைச் சென்றடைவதற்கு உத்தரவாதம் அளிக்கும் அப்பழுக்கற்றத் திட்டம் ஒன்றை உருவாக்குவேன்!"

நீங்கள்: "நீங்கள் சொல்வது முழுக்க முழுக்கச் சரி. நாங்களும் அதைத்தான் செய்தோம்!"

மேற்கண்ட உரையாடலில், முதலில் நீங்கள் உண்மையை ஒப்புக் கொண்டீர்கள். அவர் கூறியது சரிதான் என்று நீங்கள் உங்கள் வாடிக்கையாளரை உணர வைத்தீர்கள். இப்பிரச்சனைக்கான தீர்வு குறித்த அவருடைய யோசனையும் சரியென்று நீங்கள் கூறினீர்கள். அதே தீர்வை உங்கள் நிறுவனமும் நடைமுறைப்படுத்தியுள்ளது என்றும் அவரிடம் தெரிவித்தீர்கள். இந்த உத்தியைக் கையாண்டதன் மூலம் நீங்கள் உங்கள் வாடிக்கையாளரின் புகாரை வெற்றிகரமாக முறியடித்துவிட்டீர்கள். அதே விமர்சனத்தை அவர் மீண்டும் ஒருமுறை உங்களிடம் வைக்க மாட்டார்.

உங்கள் வாடிக்கையாளர் முன்வைத்தப் பிரச்சனைகளைத் தீர்க்கத் தேவையான நடவடிக்கைகளை உங்கள் நிறுவனம் எடுக்காவிட்டால், அந்த வாடிக்கையாளரின் தொடர்ச்சியான ஆதரவுக்கு நீங்கள் தகுதியானவர் அல்ல.

23

தொலைபேசி உரையாடல்களை சிறப்பாகக் கையாள்வது எப்படி

ஒரு வேலையில் இருப்பவர்கள் பெரும்பாலும் இப்படித்தான் பதிலளிக்கின்றனர்:

"ஆனர, ஆவன்னா நிறுவனம் . . . ஆலன் பேசுகிறேன்!"

நீங்கள் ஒருவரை நோக்கி நடந்து சென்று கொண்டிருந்தால், அவரிடம், "என் பெயர் ஆலன், நான் நடந்து கொண்டிருக்கிறேன்," என்று கூற மாட்டீர்கள், சரிதானே? ஆனால் ஒருவர் உங்களைத் தொலைபேசியில் அழைக்கும்போது, நீங்கள் தொலைபேசியை எடுத்தால் அதில் நீங்கள் பேசுவீர்கள் என்பது அவருக்குத் தெரியும். பிறகு எதற்காக 'நான் பேசுகிறேன்,' என்று நீங்கள் கூற வேண்டும்? ஒருபோதும் அப்படிக் கூறாதீர்கள்.

பொதுவாக, மக்கள் தாங்கள் கேட்கும் வார்த்தைகளில் கடைசியில் கூறப்படுவதைத்தான் அதிகமாக நினைவில் வைத்திருப்பர் என்று ஆய்வுகள் கூறுகின்றன. எனவே உங்கள் பெயரைக் கடைசியில் கூறுங்கள். அப்போது உங்கள் குரலைச் சற்று உயர்த்திக் கொள்ளுங்கள். தொலைபேசியை எடுத்தவுடன் "நான் இன்னார் பேசுகிறேன்," என்று நீங்கள் கூறினால், அதை 6 சதவீதப் பேர் மட்டுமே நினைவில் வைத்திருப்பர் என்றும், உங்கள் பெயரை நீங்கள் இறுதியில் கூறினால், அதை 86 சதவீதப் பேர் நினைவில் வைத்திருப்பர் என்றும் ஆய்வுகள் தெரிவிக்கின்றன.

எனவே, இன்றிலிருந்து தொலைபேசியில் யாராவது அழைத்தால் இப்படி பதிலளியுங்கள்:

"ஆனர, ஆவன்னா நிறுவனம் . . . இது ஆலன்!"

உங்கள் பெயரைக் கூறும்போது உங்கள் குரலை லேசாக உயர்த்திக் கொள்ள மறக்காதீர்கள். அப்போது உங்களைத் தொடர்பு கொள்பவர் தன் பெயரைக் கூறித் தன்னை அறிமுகம் செய்து கொள்வார். இது உறவை வளர்த்துக் கொள்ள உதவும்.

24

பிறரை விமர்சிப்பது அல்லது கண்டிப்பது எப்படி

ஒரு தலைவர் என்ற முறையில், ஒருவருடைய நடத்தை குறித்து அல்லது அவருடைய செயல்பாடுகள் குறித்து நீங்கள் சில சமயங்களில் பிறரைக் கண்டிக்க வேண்டிய ஒரு சூழல் உருவாகலாம். பிறரைக் கண்டிப்பது நம்மில் பலருக்குப் பிடிக்காத ஒரு காரியமாக இருக்கலாம். பிறர் மனம் நோகாதவாறு அவர்களைக் கண்டிக்கக் கீழ்க்கண்ட உத்திகள் உங்களுக்கு உதவும்.

பிறர் மனம் நோகாதவாறு அவர்களைக் கண்டிக்க உதவும் ஆறு பொன்விதிகள்:

1. சான்ட்விச் உத்தி

வெங்காயத்தைத் தனியாகச் சாப்பிட்டால் கசக்கும். ஆனால் அதே வெங்காயத்தைப் பிற காய்கறிகளுடன் சேர்த்து ஒரு ரொட்டிக்குள் வைத்து அதை ஒரு சான்ட்விச்சாகச் சாப்பிட்டால், அது சுவையாக இருக்கும். ஒருவரைக் கண்டிக்கும்போது அவர் செய்திருக்கும் ஏதாவது நல்ல விஷயத்தைப் பற்றி முதலில் கூறுங்கள். பின் உங்கள் விமர்சனத்தைக் கூறுங்கள். முடிக்கும் முன்பாக அவரைப் பற்றிய வேறு ஏதாவது ஒரு பாராட்டுடன் முடியுங்கள்.

2. செய்தவரை விமர்சிக்காமல் அவருடைய செயலை விமர்சனம் செய்யுங்கள்

உங்களுக்கு அவரைப் பிடிக்கும் (அது உண்மையாக இருக்கும்பட்சத்தில்), ஆனால் அவர் செய்த காரியத்தைத்தான் உங்களுக்குப் பிடிக்கவில்லை என்பதை அவரிடம் தெளிவாகக் கூறுங்கள்.

3. அவர்களுடைய உதவியைக் கோருங்கள்

நீங்கள் கட்டளையிடுகிறபடி நடந்து கொள்ள வேண்டும் என்று ஒருவரிடம் ஒருபோதும் கூறாதீர்கள். பிரச்சனையைத் தீர்க்க அவர்களின் உதவியும் ஒத்துழைப்பும் உங்களுக்குத் தேவை என்று அவர்களிடம் தெரிவியுங்கள்.

4. அதே போன்ற தவறை நீங்களும் செய்திருப்பதை ஒத்துக் கொள்ளுங்கள்

அதேபோன்ற ஒரு தவறை நீங்களும் ஒரு முறை செய்திருக்கிறீர்கள் என்று கூறி உங்கள் உரையாடலைத் துவக்குங்கள். பல் மருத்துவர் ஒருவர் ஒரு நோயாளியின் பல்லைப் பிடுங்கும் முன்பாக அது மரத்துப் போக ஓர் ஊசி போடுவதைப்போல உங்கள் வாக்குமூலம் வேலை செய்யும். நீங்கள் விமர்சிக்கவிருக்கும் நபர்மீது நீங்கள் தொடுக்கும் தாக்குதலின் வலியை அது ஓரளவு குறைக்கும். இதே போன்ற சவால்களை நீங்களும் பிறரும் ஏற்கனவே எதிர்கொண்டிருந்தீர்கள் என்பதையும் அதை நீங்கள் எவ்வாறு சமாளித்தீர்கள் என்பதையும் அவருக்கு எடுத்துரையுங்கள். நீங்கள் கச்சிதமானவர் அல்ல என்பதை நீங்களாகவே முன்வந்து கூறும்போது, பிறர் உங்கள் தலைமைத்துவத்தை மகிழ்ச்சியோடு ஏற்றுக் கொள்வர்.

5. விமர்சனத்தை ஒரே ஒரு முறை மட்டும் கூறுங்கள். அதைத் தனிமையில் கூறுங்கள்.

எவரொருவரையும் பலர் முன்னிலையில் ஒருபோதும் விமர்சிக்காதீர்கள். மூடிய ஓர் அறைக்குள் வைத்து அதைச் செய்யுங்கள். அப்போது அமைதியாகச் செயல்படுங்கள். விமர்சனத்தையும் அதற்கான தீர்வையும் ஒரே ஒரு முறை மட்டும் கூறுங்கள். ஒருவருடைய மோசமான நடவடிக்கையைப் பற்றி மீண்டும் மீண்டும் கூறிக் கொண்டே இருக்காதீர்கள்.

6. தோழமையான வார்த்தையுடன் உரையாடலை நிறைவு செய்யுங்கள்

பிரச்சனையைத் தீர்க்க அவர்கள் உதவியது குறித்து அவர்களுக்கு நன்றி தெரிவியுங்கள். இனி அவருடைய அணுகுமுறை ஒரு புதிய கண்ணோட்டத்துடன் இருக்கும் என்று நீங்கள் நம்புவதாகக் கூறி உரையாடலை நிறைவு செய்யுங்கள்.

25

பிறரை ஊக்குவிக்கும் விதமாகப் பேசுவது எப்படி

ஒரு கூட்டத்தின் முன்னால் நின்று பிறரை ஊக்குவிக்கும் ஒரு சொற்பொழிவை வழங்குபவர்களை மக்கள் பெரிதும் மதிக்கின்றனர். தொழிலிலும் சரி, சமுதாயத்திலும் சரி, அவர்களைத் தலைவர்களாக ஏற்றுக் கொள்ள மக்கள் தயாராக இருக்கின்றனர்.

முன்னறிவிப்பின்றி எந்தவொரு தலைப்பிலும் ஊக்குவிப்புப் பேச்சு ஒன்றை அளிக்க உதவும் நான்கு அம்சத் திட்டம் ஒன்று உள்ளது. உங்கள் பேச்சு இரண்டு நிமிடங்கள் நீடிக்க வேண்டும் என்றாலும் சரி, இருபது நிமிடங்கள் நீடிக்க வேண்டும் என்றாலும் சரி, அல்லது ஒரு மணி நேரம்வரை நீடிக்க வேண்டுமானாலும் சரி, பிரச்சனை இல்லை. இந்த நான்கு அம்சங்களையும் எப்போதும் நினைவில் வைத்துக் கொள்ளுங்கள்.

1. அற்புதமான துவக்கம்

2. துவக்கத்திற்கான காரணம்

3. எடுத்துக்காட்டு

4. எதற்காக?

1. அற்புதமான துவக்கம்

நீங்கள் உங்கள் பேச்சைத் துவக்கும்போது பார்வையாளர்களில் பலர், 'என்னடா இது, இன்னொரு சுவாரசியமற்றப் பேச்சாளரா?' என்று முனகக்கூடும். எனவே, மிகவும் சுவாரசியமான ஒரு கதை, ஒரு மேற்கோள் அல்லது உடனடியாகப் பார்வையாளர்களின் கவனத்தை ஈர்க்கக்கூடிய

ஒரு வாசகத்தோடு நீங்கள் உங்கள் பேச்சைத் துவக்க வேண்டியது மிகவும் அவசியம்.

2. துவக்கத்திற்கான காரணம்

அடுத்து, நீங்கள் ஏன் உங்கள் பேச்சை ஒரு சுவாரசியமான கதையோடு துவக்கினீர்கள் என்பதை நீங்கள் எடுத்துரைக்க வேண்டும். அது ஏன் அவர்களுக்கு முக்கியமானது என்பதையும் நீங்கள் அவர்களிடம் வலியுறுத்த வேண்டும்.

3. எடுத்துக்காட்டு

உங்கள் பேச்சின் பெரும்பகுதியை நீங்கள் இதில்தான் செலவிட வேண்டும். நீங்கள் அவர்களிடம் கூறுவது முற்றிலும் உண்மை என்பதையும், அது ஏன் அவர்களுக்கு முக்கியம் என்பதையும் விளக்கக்கூடிய ஏதேனும் மூன்று விஷயங்களை அல்லது காரணங்களை அப்போது நீங்கள் குறிப்பிட வேண்டும். உங்கள் உரை நீளமானதாக இருக்கும் பட்சத்தில், அம்மூன்று விஷயங்கள் அல்லது காரணங்களுக்கு மேலும் வலுவூட்டக்கூடிய கருத்துக்களை நீங்கள் எடுத்துரைக்க வேண்டும்.

4. எதற்காக

உங்களுடைய பேச்சின் முடிவில், பார்வையாளர்கள், "அது குறித்து நான் என்ன செய்ய வேண்டும் என்று நீங்கள் விரும்புகிறீர்கள்?" என்று உங்களைப் பார்த்து மௌனமாகத் தங்களுக்குள் கேட்டுக் கொண்டிருப்பர். நீங்கள் முன்வைக்கும் யோசனைகளை அவர்கள் ஏற்றுக் கொள்ள அவர்களைத் தூண்டும் விஷயங்களை இங்குதான் நீங்கள் பேச வேண்டும்.

இப்போது நாம் ஓர் எடுத்துக்காட்டைப் பார்க்கலாம். பெற்றோர்கள் அடங்கிய ஒரு குழுவினரிடம் சாலைப் பாதுகாப்புக் குறித்து நீங்கள் பேசுவதாக வைத்துக் கொள்வோம். பெற்றோர்கள் தங்கள் குழந்தைகளுடன் வெளியே செல்லும்போது, போக்குவரத்து நெரிசல்மிக்க ஒரு சாலையைக் கண்டகண்ட இடங்களில் கடக்காமல், பாதசாரிகள் கடப்பதற்காகக் குறித்து வைக்கப்பட்டுள்ள இடங்களில் மட்டுமே கடக்க வேண்டும் என்பதை அவர்களிடம் வலியுறுத்துவது அப்போது உங்கள் நோக்கமாக இருக்கும். உங்கள் பேச்சை நீங்கள் இவ்வாறு வடிவமைக்கலாம்:

1. அற்புதமான துவக்கம்

"கடந்த வருடத்தில் மட்டும் அநியாயமாக 2,355 குழந்தைகள் தங்கள் பெற்றோரின் தவறின் காரணமாக உடல் ஊனமுற்றனர் அல்லது தங்கள் இன்னுயிரை இழந்துள்ளனர். புள்ளிவிபரக் கணக்குப்படிப் பார்த்தால், இப்போது இந்த அறையில் குழுமியிருக்கும் நபர்களில் இரண்டு பேர் வெகு விரைவில் ஒரு மருத்துவமனையில் தங்கள் குழந்தைகளின் படுக்கை அருகே கவலையோடு உட்கார்ந்து கொண்டு அவர்கள் விரைவில் நலம் பெறப் பிரார்த்தனை செய்து கொண்டிருப்பர். அந்த இருவர் யாராக இருக்கும் என்பதுதான் இங்கு கேள்வி."

2. துவக்கத்திற்கான காரணம்

"நான் இந்தப் புள்ளிவிபத்தை இங்கு உங்களிடம் கூறுவதற்குக் காரணம், நம் நாட்டில் கடந்த வருடத்தில், தங்கள் பெற்றோரை சந்திப்பதற்காக ஓடோடி வந்து வேகமாக வந்த கார்களில் மோதி இத்தனைக் குழந்தைகள் பலியாகியுள்ளனர் என்ற தகவலை உங்களுடன் பகிர்ந்து கொள்வதற்குத்தான். அவர்களில் 96 சதவீதக் குழந்தைகள் பாதசாரிகள் கடப்பதற்குக் குறிக்கப்பட்டுள்ள இடங்களில் சாலைகளைக் கடக்கவில்லை. நான் இங்கு கூற விழையும் விஷயம் உங்கள் ஒவ்வொருவருக்கும் முக்கியமானது என்று நான் கருதுகிறேன். ஏனெனில், நீங்கள் அனைவரும் உங்கள் குழந்தைகளை உயிருக்கு உயிராக நேசிக்கிறீர்கள்."

3. எடுத்துக்காட்டு

முதல் விஷயம்: "தேசியச் சாலைப் பாதுகாப்பு ஆணையம் சமீபத்தில் 46 பள்ளிகளுக்கு வெளியே ஓர் ஆய்வை மேற்கொண்டு சில விஷயங்களைக் கண்டுபிடித்துள்ளது." (அது குறித்தப் புள்ளிவிபரங்களை நீங்கள் இங்கு கூறலாம்). இரண்டாவது விஷயம்: "நாங்கள் எங்கள் குடியிருப்புப் பகுதியில் சாலைப் பாதுகாப்புப் பற்றிப் பெற்றோர்களின் கண்ணோட்டம் குறித்து ஒரு கணக்கெடுப்பு நடத்தினோம். அதில் . . ." (உங்களுடைய இரண்டாவது தகவலை நிரூபிக்கும் விஷயங்களை நீங்கள் இங்கு வழங்கலாம்). மூன்றாவது விஷயம்: "நானும் ஒரு பெற்றோர் என்ற முறையில் என்னை நானே பல முறை இவ்வாறு கேட்டுக் கொண்டுள்ளேன். நீங்களும் இதேபோல உணர்ந்திருப்பீர்கள்

என்று நான் நம்புகிறேன் . . ." (உங்களுடைய தனிப்பட்ட, உணர்வுபூர்வமான கதையை இங்கு நீங்கள் குறிப்பிடலாம்).

4. எதற்காக?

"இதை நீங்கள் செய்ய வேண்டும் என்று நான் உங்களைக் கேட்டுக் கொள்கிறேன். இன்று முதல் நீங்கள் உங்கள் குழந்தைகளைக் கூப்பிடப் பள்ளிக்குச் செல்லும்போது . . ." (நீங்கள் கூற விரும்பும் ஆலோசனையை ஊக்கத்தோடு கூறுங்கள்).

இதைக் கூறி முடித்தவுடன், வாயை மூடிக் கொண்டு உட்கார்ந்து கொள்ளுங்கள். உங்கள் பார்வையாளர்களுக்கு ஒருபோதும் நன்றி கூறாதீர்கள். நீங்கள் உங்கள் உரையைச் சிறப்பாகச் செய்திருந்தால் அவர்கள்தான் உங்களுக்கு நன்றி தெரிவிக்க வேண்டும்.

26

கண்கவர் விளக்கவுரைகளைப் பயன்படுத்துவது எப்படி

பார்வையாளர்களுக்காகப் புத்தகங்கள், வரைபடங்கள், அல்லது கணினியின் உதவியுடன் நீங்கள் ஒரு விளக்கவுரையை நிகழ்த்தும்போது, நீங்கள் தெரிவிக்கும் தகவல்களில் 82 சதவீதம் கண்களின் வழியாகவும், 11 சதவீதம் செவிகளின் வழியாகவும், 7 சதவீதம் பிற புலன்களின் வழியாகவும் அவர்களைச் சென்றடைகின்றன என்று ஆய்வுகள் தெரிவிக்கின்றன.

சொல்லுங்கள், காட்டுங்கள், ஈடுபடுத்துங்கள்

வெறும் வாய் வார்த்தைகள் மூலம் நிகழ்த்தப்படும் உரைகளில் உள்ள தகவல்களில் வெறும் 10 சதவீதத்தைத்தான் மக்கள் கிரகித்துக் கொள்கின்றனர். காட்சி வழியாகவும் குரல் வழியாகவும் சேர்த்து வழங்கப்படும் தகவல்களில் 51 சதவீதம் மக்களால் கிரகித்துக் கொள்ளப்படுகின்றன. அதாவது, காட்சி சார்ந்த விஷயங்களையும் நீங்கள் உங்கள் பேச்சில் சேர்த்துக் கொள்ளும்போது மக்கள் அவற்றை நினைவில் வைத்திருப்பது 400 சதவீதம் அதிகரிக்கிறது.

நீங்கள் தொழில் தொடர்பான விளக்கவுரைகளை வழங்கும்போது, காட்சி சார்ந்த விஷயங்களைச் சேர்த்துக் கொண்டால் 28 சதவீத நேரம் மிச்சமாகிறது என்றும் கணிக்கப்பட்டுள்ளது.

ஆனால் நாம் சொல்லவிருக்கும் விஷயங்களில் ஒலி, ஒளி ஆகியவற்றோடு நம்முடைய உணர்ச்சிகளையும் கலந்தால், அவற்றை மக்கள் நினைவு வைத்திருப்பது 92 சதவீதமாக அதிகரிக்கிறது.

வெறும் ஒலியின் உதவியோடு நாம் செவிமடுக்கும் விஷயங்களில் 10 சதவீதத்தையும், ஒலி மற்றும் ஒளியின் உதவியோடு நாம் பார்த்துக் கொண்டே செவிமடுக்கும் விஷயங்களில் 51 சதவீதத்தையும், ஒலி மற்றும் ஒளியின் உதவியோடு நாம் பார்த்துக் கொண்டும் கேட்டுக் கொண்டும் இருக்கும்போது அதில் உணர்வுபூர்வமாகவும் நம்மை ஈடுபடுத்திக் கொண்டால் அதில் 92 சதவீத விஷயங்களையும் நாம் நினைவில் வைத்திருக்கிறோம்.

அதாவது, ஒரு விஷயத்தை நீங்கள் வெறுமனே கூறினால் அது குறைந்தபட்சத் தாக்கத்தையே ஏற்படுத்தும். அதையே ஒலி மற்றும் ஒளியோடு கூறினால் இன்னும் அதிகமான தாக்கம் ஏற்படும். மிக அதிகபட்சத் தாக்கத்தை ஏற்படுத்த வேண்டுமென்றால், அதில் பார்வையாளர்களையும் ஈடுபடுத்த வேண்டும்.

கோடிட்டுக் காட்டுதல்

நீங்கள் ஒரு விளக்கவுரை நிகழ்த்திக் கொண்டிருக்கும்போது அதிலுள்ள முக்கியமான விஷயங்களை ஒரு பேனா கொண்டு சுட்டிக்காட்டுங்கள். பின்னர் அந்தப் பேனாவை எடுத்து உங்களுடைய கண்களுக்கும் பார்வையாளர்களின் கண்களுக்கும் நடுவில் உயர்த்திப் பிடியுங்கள். இது பிரமாதமான விளைவை ஏற்படுத்தும். அப்போது அவர்கள் நீங்கள் கூறுவதைக் கேட்டுக் கொண்டிருப்பதோடு உங்களையும் பார்த்துக் கொண்டிருப்பர். இதன் விளைவாக, நீங்கள் கூறும் விஷயத்தில் அதிகமான பங்கு அவர்களுடைய மனங்களில் பதியும். நீங்கள் பேசிக் கொண்டிருக்கும்போது உங்களுடைய உள்ளங்கை வெளியே தெரியும்படி வைத்துக் கொள்ளுங்கள்.

நீங்கள் உங்களுடைய உரையை நிகழ்த்திக் கொண்டிருக்கும்போது, பார்வையாளர்களில் இருக்கும் ஆண்களின் கண்களை அடிக்கடி நேருக்கு நேர் பார்த்துப் பேசுங்கள். பெண்களின் கண்களை நேருக்கு நேர் பார்த்துப் பேசுவதைக் குறைவாக வைத்துக் கொள்ளுங்கள்.

27

ஒரு சந்திப்பின்போது எங்கு அமர வேண்டும் என்பதைத் தீர்மானிப்பது எப்படி

ஓர் அலுவலகத்திலோ அல்லது வீட்டிலோ இருக்கைகள் போடப்பட்டிருக்கும் முறை நேர்மறையான விளைவுகளையோ அல்லது எதிர்மறையான விளைவுகளையோ உருவாக்கும்.

உங்கள் அலுவலகத்தில் நீங்களும் இன்னொருவரும் சந்தித்துப் பேச வேண்டியிருப்பதாக வைத்துக் கொள்வோம். அந்த அறையில் ஒரு செவ்வக மேசை இருக்கிறது. அதைச் சுற்றி ஆறு நாற்காலிகள் போடப்பட்டிருக்கின்றன. நீங்கள் சந்திக்கவிருக்கும் நபர் ஏற்கனவே ஒரு நாற்காலியில் அமர்ந்திருக்கிறார். அவருடன் அமர்வதற்கு, மீதமிருக்கும் ஐந்து இடங்களில் ஏதாவது ஒன்றை நீங்கள் தேர்ந்தெடுத்துக் கொள்ளலாம். உங்களை 'அ' என்றும் மற்றவரை 'ஆ' என்றும் வைத்துக் கொள்ளலாம்.

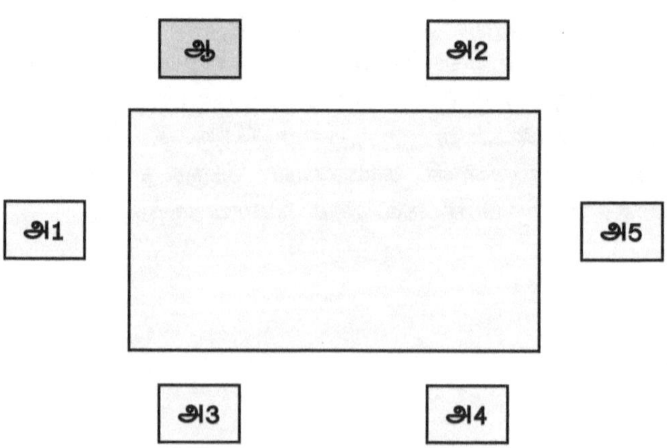

மோதல் போக்குடன்கூடிய ஒரிடம் (அ3)

இந்த இடத்தில் நீங்கள் உட்கார்ந்தால், உங்கள் இருவருக்கும் இடையே மேசை ஒரு தடைக்கல்லாக இருக்கும். இப்படி இருவர் நேருக்கு நேர் உட்கார்ந்து கொள்ளும்போது, அவர்கள் இருவரும் தத்தம் நிலைப்பாட்டில் உறுதியாக இருப்பர்.

தொழில் தொடர்பான சந்திப்புகளில் இந்த நிலை மோதல் போக்கைத் தோற்றுவிப்பதாக 56 சதவீத மக்கள் கருதுகின்றனர் என்று கண்டுபிடிக்கப்பட்டுள்ளது. தங்களைப் போட்டியாளர்களாகக் கருதிக் கொள்பவர்கள் இப்படி அமர்ந்து கொள்கின்றனர். அதேபோல, அதில் இருப்பவர்களில் ஒருவர் மற்றவரைக் கண்டிக்க விரும்பினால் இந்த நிலையைத் தேர்ந்தெடுப்பார். இப்படி உட்கார்ந்து கொள்ளும் நபர்கள் குறைவாகப் பேசுவர், எதிர்மறையாளர்களாக இருப்பர், மோதல் போக்கைக் கடைபிடிப்பர். ஏதாவது ஒரு காரணத்தினால் இப்படிப்பட்ட ஒரு நிலையில் நீங்கள் உட்கார வேண்டிய சூழல் ஏற்பட்டால், உங்களை உடலை 45 டிகிரி கோணத்தில் திருப்பி அமர்ந்து கொள்ளுங்கள்.

ஒத்துழைப்பு அளிக்கும் நிலை (அ2)

ஒரே மாதிரியாக சிந்திக்கின்ற அல்லது ஒரே வேலையில் ஈடுபட்டிருக்கின்ற இருவர் இந்த நிலையைத் தேர்ந்தெடுப்பர். இந்த நிலையில் அமர்ந்திருப்பவர்களில் 55 சதவீதம் பேர் இது ஒத்துழைப்பை நல்குவதாகத் தெரிவிக்கின்றனர். பிறரோடு சேர்ந்து வேலை பார்க்க அழைக்கப்படும்போது பெரும்பாலானோர் உள்ளுணர்வுரீதியாகத் தேர்ந்தெடுக்கும் நிலையும் இதுவாகத்தான் இருக்கும். உங்கள் கருத்துக்களைச் சிறப்பாக எடுத்துரைக்கவும் அவற்றைக் கேட்டுக் கொண்டிருக்கின்றவர் அவற்றை எளிதாக ஏற்றுக் கொள்ளும்படி செய்வதற்கும் இந்த நிலை சிறந்தது. அதோடு, அடுத்தவரின் கண்களை நேருக்கு நேராகப் பார்த்துப் பேசவும் அவருடைய உடல்மொழியை நகலெடுக்கவும் இது நல்ல வாய்ப்பளிக்கிறது.

மூலையிலிருக்கும் நிலை (அ1)

தோழமையான உரையாடல்களில் ஈடுபட்டிருப்பவர்களும் சாவகாசமாக உட்கார்ந்து பேச நினைப்பவர்களும் தேர்ந்தெடுக்கும் நிலை இது. நீங்கள் ஒருவருக்கு ஒரு விளக்கவுரை நிகழ்த்த வேண்டியிருந்தால் அதற்கு இது சிறந்த

இடம். நீங்கள் உங்கள் இருக்கையை அ1 நிலைக்கு நகர்த்தி அதில் உட்கார்ந்து கொண்டீர்களேயானால் அங்கு ஒரு சுமூகமான சூழ்நிலையை உங்களால் உருவாக்கிக் கொள்ள முடியும்.

அ4 மற்றும் அ5 நிலைகள் நூலகத்தில் பிறருடைய சொந்தரவு இல்லாமல் உட்கார்ந்து கொள்வதற்கு மட்டுமே ஏற்றது. நீங்கள் பிறருடன் உரையாடவோ அல்லது அவர்களுக்கு ஏதாவது ஒன்றை எடுத்துரைக்கவோ இது சரிப்பட்டு வராது.

நீங்கள் ஒரு வீட்டிற்கோ அல்லது அலுவலகத்திற்கோ அழைக்கப்பட்டு அங்கு ஒரு தாழ்வான காப்பி மேசைக்கு அருகில் இருக்கைகள் போடப்பட்டிருந்தால், அதை ஒரு நல்ல அறிகுறியாக எடுத்துக் கொள்ளுங்கள். ஏனெனில், தொழில்முறையான நிராகரிப்புகள் பெரும்பாலானவை மேசைக்குப் பின்னால் இருக்கும் நிலையிலிருந்துதான் எடுக்கப்படுகின்றன. உங்களை முழுதாக விழுங்கிக் கொள்ளும் மிகத் தாழ்வான சோபாக்களில் ஒருபோதும் உட்காராதீர்கள். தேவையெனில், ஏதாவது ஒரு நாற்காலியின் ஓரத்தில் நன்றாக நிமிர்ந்து அமர்ந்து கொள்ளுங்கள். உங்கள் உடல்மொழியை நீங்கள் நினைக்கும் விதத்தில் மாற்றிக் கொள்ள அது உங்களுக்கு உதவும்.

வெற்றிகரமான பத்து உடல்மொழி உத்திகள்

நீங்கள் சந்திக்கும் நபர்கள் உங்களைப் பற்றிய தங்களுடைய முதல் அபிப்பிராயங்களில் 90 சதவீதத்தை முதல் நான்கு நிமிடங்களுக்குள் உருவாக்கிக் கொள்கின்றனர் என்பதை நாம் ஏற்கனவே பார்த்தோம். அவற்றில் 60 முதல் 80 சதவீதம்வரை உங்கள் உடல்மொழியோடு தொடர்புடையவை. கீழ்க்கண்ட 10 உத்திகளும் நீங்கள் பிறர்மீது தாக்கம் விளைவிக்கவும் அவர்களிடையே நல்ல செல்வாக்குடன் திகழவும் உங்களுக்கு வெகுவாக உதவும்.

1. உங்கள் உள்ளங்கைகளை உயர்த்தி வைத்துக் கொள்ளுங்கள்

நீங்கள் பேசும்போது உங்கள் உள்ளங்கைகள் பார்வையாளர்களின் பார்வையில் படும்படி இருக்கட்டும். ஆதிமனிதன் காலத்திலிருந்தே மனிதனுக்கு இருந்து வருகின்ற ஒரு பழக்கம் இது. அப்படி ஒருவர் பேசினால் அவரால் தனக்கு ஆபத்து இல்லை என்று அவர்கள் கருதுவர். அதனால் அவர்கள் உங்கள் பேச்சுக்கு நேர்மறையாகச் செவிசாய்ப்பர்.

2. உங்கள் விரல்களைச் சேர்த்து வைத்துக் கொள்ளுங்கள்

தங்கள் விரல்களை ஒன்றாகச் சேர்த்து வைத்துக் கொண்டு கைகளை முகவாய்க்கு மேலாக உயர்த்தாமல் பேசுகின்றவர்கள், பார்வையாளர்களின் கவனத்தை அதிகமாக ஈர்க்கின்றனர். விரல்களை விரித்து வைத்திருப்பதோ அல்லது முகவாய்க்கு

மேலாகக் கைகளை உயர்த்துவதோ அந்த அளவுக்கு மற்றவர்களுடைய கவனத்தை ஈர்ப்பதில்லை.

3. உங்கள் கைமூட்டுக்கள் வெளிப்புறமாக இருக்கும்படி வைத்துக் கொள்ளுங்கள்

நீங்கள் ஒரு நாற்காலியில் உட்காரும்போது அதன் கைப்பிடிகள்மீது உங்கள் கைமூட்டுக்களை வைத்திருப்பது நீங்கள் ஓர் அதிகாரம் மிக்கப் பதவியில் இருப்பதாகப் பார்க்கப்படுகிறது. அது அடுத்தவருக்கு உங்களைப் பற்றிய ஒரு வலுவான, நேர்மறையான பிம்பத்தை அளிக்கும். தன்னம்பிக்கை இல்லாதவர்கள்தாம் தங்கள் கைகளை நாற்காலியின் கைப்பிடிகளுக்கு உட்பக்கமாகத் தொங்கவிட்டவாறும் முழங்கைகள் தங்கள் உடலோடு ஒட்டியவாறும் அமர்ந்திருப்பர். எனவே, இப்படி உட்கார்ந்து கொள்வதைத் தவிர்த்துவிடுங்கள்.

4. சிறிது விலகியே அமருங்கள்

எதிரில் இருப்பவருக்கு மதிப்பளிக்கும் விதமாகச் சிறிது விலகியே அமருங்கள். குறிப்பாக, நீங்கள் ஒருவரை முதன்முதலாக சந்திக்கும்போது நீங்கள் இதைக் கடைபிடிக்க வேண்டியது இன்றியமையாதது. நீங்கள் பிறரின் அருகில் நெருங்கி உட்கார்ந்தால் அவர் தன் இருக்கையைப் பின்னால் தள்ளக்கூடும் அல்லது பின்னால் சாய்ந்து உட்காரக்கூடும். அவர் தன் விரல்களால் தாளம் போடுவதன் மூலமோ அல்லது தன் கையிலிருக்கும் ஒரு பேனாவைக் கொண்டு தட்டுவதன் மூலமோ தன் எரிச்சலை வெளிப்படுத்தக்கூடும். உங்களுக்கு நன்றாகத் தெரிந்தவர்களுக்கு அருகே நீங்கள் நெருங்கி உட்கார்ந்து கொள்வதில் தவறில்லை. அறிமுகம் இல்லாதவர்கள் என்றால் விலகியே அமர்ந்து கொள்ளுங்கள். அதேபோல, உங்கள் வயதை ஒத்த வயதைக் கொண்டவர்களுடன் நெருங்கி அமர்ந்து கொள்ளலாம். உங்களைவிட வயதானவர்கள் அல்லது இளையவர்களுக்கு அருகே நெருங்கி உட்கார வேண்டாம்.

5. பிறருடைய உடல்மொழியைப் பிரதிபலியுங்கள்

பிறருடைய உடல்மொழியையும் அவர்களுடைய பேச்சுமுறையையும் பிரதிபலிப்பது விரைவாக நல்ல உறவை வளர்த்தெடுக்கும். நீங்கள் ஒருவரைப் புதிதாக சந்திக்கும்போது, அவருடைய உடல்மொழி, அவர் உட்கார்ந்திருக்கும் விதம்,

அவருடைய அங்க அசைவுகள், அவர் அமர்ந்திருக்கும் கோணம், அவருடைய முகபாவங்கள், அவருடைய குரலின் ஏற்ற இறக்கங்கள் போன்றவற்றைப் பிரதிபலியுங்கள். வெகு விரைவிலேயே, தனக்குப் பிடித்த விஷயங்கள் உங்களிடம் இருப்பதாக அவர் கருதத் தொடங்குவார், உங்களுடன் சகஜமாக இருப்பார்.

நீங்கள் ஒரு தம்பதியரிடம் பேசிக் கொண்டிருந்தால், அந்த இருவரில் யார் யாரைப் பிரதிபலிக்கின்றனர் என்பதை கவனியுங்கள். அதைக் கொண்டு அவ்விருவரில் முடிவெடுப்பவர் யார் என்பதை உங்களால் தீர்மானித்துக் கொள்ள முடியும். எடுத்துக்காட்டாக, அப்பெண்மணி முதலில் ஏதோ ஒன்றைச் செய்து, அதை அவருடைய கணவர் பின்பற்றுவதை நீங்கள் கவனித்தால், ஒரு முடிவெடுக்க அக்கணவரை அணுகுவதில் எந்தப் பலனும் இல்லை.

6. அவர்களுடைய பேச்சின் வேகத்திற்கு ஏற்பப் பேசுங்கள்

ஒருவர் பேசும் வேகத்தை வைத்து அவருடைய மூளை எந்த வேகத்தில் தகவல்களை அலசி ஆராய்கிறது என்பதை அனுமானித்துக் கொள்ளலாம். நீங்கள் ஒருவரிடம் பேசிக் கொண்டிருக்கும்போது அவருடைய பேச்சின் வேகத்தைவிடச் சற்றுக் குறைவான வேகத்தில் பேசுங்கள். ஆனால் அவருடைய குரலின் ஏற்ற இறக்கங்களை அப்படியே பிரதிபலியுங்கள். தங்களைவிட வேகமாகப் பேசுகின்றவர்கள் தங்கள்மீது அழுத்தம் உருவாக்குவதாக மக்கள் உணர்கின்றனர் என்று ஆய்வுகள் தெரிவிக்கின்றன.

7. கைகளை மார்பின் குறுக்கே கட்டிக் கொள்ளாதீர்கள்

ஒருவர் தன் மார்புக்குக் குறுக்காகக் கைகளைக் கட்டிக் கொள்வது தனக்குப் பிடிக்காத ஒரு விஷயத்திலிருந்து தன்னைக் காத்துக் கொள்ள அவர் விரும்புகிறார் என்ற செய்தியை அறிவிக்கிறது. நீங்கள் பேசும்போது ஒருவர் தன் கைகளைக் கட்டிக் கொண்டு அமர்ந்திருந்தால், உங்கள் பேச்சை அவர் நினைவுகூர்வது 40 சதவீதம் குறைந்துவிடும். அவர் பிடித்துக் கொள்ள ஒரு பேனா அல்லது ஒரு புத்தகம் போன்ற ஏதாவது ஒன்றை அவரிடம் கொடுங்கள். பிறர்மீது நீங்கள் தாக்கம் விளைவிக்க விரும்பினால் ஒருபோதும் உங்கள் கைகளை உங்கள் மார்புக்குக் குறுக்காகக் கட்டிக் கொள்ளாதீர்கள்.

8. அடுத்தவருடைய முழங்கையை லேசாகத் தொடுங்கள்

பொதுவாக, பிறர் உங்களைத் தொட்டால் நீங்களும் அவர்களைத் தொடுங்கள், இல்லையெனில் அவர்களைத் தொடாதீர்கள். ஆனால் நீங்கள் ஒருவரிடம் பேசிக் கொண்டிருக்கும்போது மூன்று விநாடிகளுக்கு மேற்படாமல் நீங்கள் ஒருவரைத் தொட்டால், அவர்கள் தொடப்படாமல் இருக்கும்போது கொடுக்கும் ஒத்துழைப்பைவிட 68 சதவீதம் அதிக ஒத்துழைப்பை உங்களுக்கு வழங்குவதற்கான வாய்ப்பு இருப்பதாகப் பரிசோதனைகள் தெரிவிக்கின்றன.

உணவகங்களில் உணவு பரிமாறும்போது ஆண் வாடிக்கையாளர்களின் முழங்கையையோ அல்லது கைகளையோ லேசாகத் தொடப் பயிற்றுவிக்கப்பட்டுள்ள பெண் சிப்பந்திகள் 80 சதவீதம் அதிகமான 'டிப்ஸ்'களைப் பெறுவதாக ஆய்வுகள் தெரிவிக்கின்றன. அதே சமயம், ஆண் சிப்பந்திகளின் வாடிக்கையாளர்கள் ஆண்களாக இருந்தாலும் சரி அல்லது பெண்களாக இருந்தாலும் சரி, அந்தச் சிப்பந்திகள் அந்த வாடிக்கையாளர்களை லேசாகத் தொட்டால் அவர்களுடைய 'டிப்ஸ்' 32 சதவீதம் அதிகரிக்கிறது. திறமையுடன் பிறரைத் தொடுவது நீங்கள் நினைப்பதை அவர்களிடமிருந்து பெற உங்களுக்கு உதவும்.

9. அவர்களுடைய பெயரைப் பல முறை கூறுங்கள்

அடுத்த முறை நீங்கள் புதிதாக ஒருவரைப் பார்க்கும்போது, அவருடன் கைகுலுக்கிவிட்டு உங்கள் இடது கையை லேசாக நீட்டி அவருடைய முழங்கையை லேசாகத் தொடுங்கள். பிறகு அவருடைய பெயரைக் குறிப்பிட்டு அவருடன் உரையாடுங்கள். அப்போது, தான் முக்கியத்துவம் வாய்ந்தவர் என்ற உணர்வு அவருக்கு ஏற்படும். அதோடு, நீங்கள் அவருடைய பெயரை நினைவில் வைத்திருக்கவும் அது உதவும்.

10. உங்கள் முகத்தைத் தொடாதீர்கள்

ஒருவர் ஏதாவது ஒரு தகவலை மறைக்க முயற்சிக்கும்போது அல்லது பொய் சொல்லும்போது, அவர் தன்னுடைய மூக்கையும் முகத்தையும் அதிகமாகத் தொடுவதாகக் கண்டுபிடிக்கப்பட்டுள்ளது. பொய் சொல்லும்போது

உடலில் ரத்த அழுத்தம் அதிகரிப்பதுதான் இதற்குக் காரணம். உங்களுக்கு உண்மையிலேயே மூக்கில் அரிப்பு ஏற்பட்டிருக்கலாம். ஆனால் நீங்கள் மூக்கைச் சொறிந்து கொண்டிருப்பதைப் பார்ப்பவர்கள் நீங்கள் பொய் கூறுவதாகக் கருதக்கூடும். அதனால் முகத்தின்மீது கைகளை வைப்பதைத் தவிர்த்துவிடுங்கள்.

எல்லாவற்றையும் நடைமுறையில் கடைபிடியுங்கள்

முக்கியமான சந்திப்புகளுக்குப் போவதற்கு முன்பு, ஒரு சில நிமிடங்களை எடுத்துக் கொண்டு, மேலே குறிப்பிடப்பட்டுள்ளவற்றை மனத்தில் ஒரு முறை சொல்லிப் பார்த்துக் கொள்ளுங்கள். நீங்கள் அவற்றைச் செம்மையாகக் கடைபிடிப்பதுபோல மனக்காட்சிப்படுத்திக் கொள்ளுங்கள். ஒரு விஷயத்தை உங்களால் உங்கள் மனக்கண்ணில் பார்க்க முடிந்தால் அதை உங்கள் உடல் நிறைவேற்றும். நீங்கள் இவற்றைப் பயிற்சி செய்து வந்தால், உங்களுடைய நம்பகத்தன்மையை அதிகரித்துக் கொள்ள அப்பயிற்சி உங்களுக்கு உதவும்.

இதை நீங்கள் தொடர்ச்சியாகப் பயிற்சி செய்து வந்தால், விரைவில் அது ஒரு பழக்கமாக மாறி உங்களோடு ஒட்டிக் கொள்ளும்.

ரத்தினச்சுருக்கமாக

உத்தி 21. முதல் சந்திப்பிலேயே சிறப்பான தாக்கத்தை ஏற்படுத்துவது எப்படி

* நீங்கள் ஓர் அறைக்குள் நுழையும்போது தயக்கமின்றி மிடுக்காக நுழையுங்கள்.
* உங்களுடைய கைகுலுக்கல் செங்குத்தாக இருக்கட்டும்.
* உங்கள் முகம் மலரப் புன்னகை புரியுங்கள்.
* உங்கள் புருவங்களைக் கண நேரம் லேசாக உயர்த்துங்கள்.
* முதல் 15 விநாடிக்குள் அடுத்தவரின் பெயரை இருமுறை பயன்படுத்துங்கள்.
* அடுத்தவரிடமிருந்து 45 டிகிரி கோணத்தில் உங்கள் உடலைத் திருப்பிக் கொள்ளுங்கள்.
* தெளிவான அங்க அசைவுகளை வெளிப்படுத்துங்கள்.
* நீங்கள் அந்த அறையைவிட்டு வெளியேறும்போது உங்கள் பொருட்கள் எல்லாவற்றையும் மெதுவாக அடுக்கிக் கொண்டு நிதானமாக வெளியேறுங்கள்.

உத்தி 22. வர்த்தகத்தில் விமர்சனங்களை எதிர்கொள்வது எப்படி

* உங்கள் நிறுவனத்தை ஒருவர் விமர்சிக்கும்போது, அவர் உங்கள் நிலையில் இருந்தால் என்ன முடிவெடுப்பார் என்று அவரிடம் கேளுங்கள்.

உத்தி 23. தொலைபேசி உரையாடலை சிறப்பாகக் கையாள்வது எப்படி

* தொலைபேசியில் நீங்கள் ஒருவருடன் பேசும்போது உங்கள் பெயரைக் கடைசியாகக் கூறுங்கள். நீங்கள் உங்கள் பெயரைக் கூறும்போது உங்கள் குரலை லேசாக உயர்த்திக் கொள்ளுங்கள்

உத்தி 24. பிறரை விமர்சிப்பது அல்லது கண்டிப்பது எப்படி

* சான்ட்விச் உத்தியைக் கடைபிடியுங்கள்.
* ஒருவருடைய நடவடிக்கையை விமர்சனம் செய்யுங்கள், அவரை விமர்சிக்காதீர்கள்.
* அவர்களுடைய உதவியைக் கேளுங்கள்.
* அதே போன்ற தவறை நீங்களும் செய்திருப்பதை ஒத்துக் கொள்ளுங்கள். அப்போது மேற்கொள்ளப்பட்டத் தீர்வையும் அவர்களிடம் எடுத்துரையுங்கள்.
* ஒருவரை விமர்சிக்கும்போது அவரைத் தனி அறையில் வைத்து விமர்சனம் செய்யுங்கள். ஒரே ஒரு முறை மட்டுமே அதைச் செய்யுங்கள்.
* தோழமையான உணர்வுடன் அந்த சந்திப்பை நிறைவு செய்யுங்கள்.

உத்தி 25. பிறரை ஊக்குவிக்கும் விதமாகப் பேசுவது எப்படி

* அற்புதமான துவக்கம் ஒரு சுவாரசியமான கதையோடு உங்கள் உரையைத் துவக்குங்கள்.
* துவக்கத்திற்கான காரணம் அக்கதையை நீங்கள் ஏன் கூறினீர்கள், அது பார்வையாளர்களுக்கு எவ்வளவு தூரம் முக்கியம் என்பதை எடுத்துரையுங்கள்.
* எடுத்துக்காட்டு அதை வலியுறுத்த அதன் மூன்று முக்கிய அம்சங்களை எடுத்துரையுங்கள்.
* எதற்காக செயல்நடவடிக்கையில் இறங்க உங்கள் பார்வையாளர்களை ஊக்குவியுங்கள்.

உத்தி 26. கண்கவர் விளக்கவுரைகளைப் பயன்படுத்துவது எப்படி

* உங்கள் விளக்கவுரைகள் காட்சிரீதியாக இருக்கும்படி பார்த்துக் கொள்ளுங்கள். பார்வையாளர்கள் அவற்றில் ஈடுபாட்டுடன் கலந்து கொள்ள அவர்களை ஊக்குவியுங்கள்.

- நீங்கள் பேசும்போது அவர்கள் உங்களைப் பார்க்க உதவும் விதத்தில் உங்கள் பேனாவைப் பயன்படுத்திச் சுட்டிக்காட்டுங்கள்.

உத்தி 27. ஒரு சந்திப்பின்போது எங்கு அமர வேண்டும் என்பதைத் தீர்மானிப்பது எப்படி

- மோதல் போக்கை வளர்க்கின்ற அல்லது தற்காத்துக் கொள்ளத் தூண்டுகின்ற இருக்கைகளில் அமர்வதைத் தவிர்த்துவிடுங்கள்.
- ஒத்துழைப்பை உருவாக்கும் இருக்கையில் அமருங்கள்.

உத்தி 28. வெற்றிகரமான பத்து உடல்மொழி உத்திகள்

- உங்கள் உள்ளங்கைகளை உயர்த்தி வைத்துக் கொள்ளுங்கள்
- உங்கள் விரல்களைச் சேர்த்து வைத்துக் கொள்ளுங்கள்
- உங்கள் கைமுட்டுக்கள் வெளிப்புறமாக இருக்கும்படி வைத்துக் கொள்ளுங்கள்
- சிறிது விலகியே அமருங்கள்
- பிறருடைய உடல்மொழியைப் பிரதிபலியுங்கள்
- அவர்களுடைய பேச்சின் வேகத்திற்கு ஏற்பப் பேசுங்கள்
- கைகளை மார்பின் குறுக்கே கட்டிக் கொள்ளாதீர்கள்
- பிறருடைய முழங்கையை லேசாகத் தொடுங்கள்
- அவர்களுடைய பெயரைப் பல முறை கூறுங்கள்
- உங்கள் முகத்தைத் தொடாதீர்கள்

ஒரு யானையைப் பயிற்றுவிப்பது எப்படி?

சர்க்கஸில் யானைகள் கட்டிப் போடப்பட்டுள்ளதை நீங்கள் பார்த்திருக்கிறீர்களா? நிலத்தில் அறையப்பட்டிருக்கும் ஒரு சிறிய இரும்புக் கம்பியிலிருந்து வரும் ஒரு சாதாரண இரும்புச் சங்கிலி அதன் காலோடு பிணைக்கப்பட்டிருக்கும், அவ்வளவுதான்.

ஓர் இளம் யானை அச்சங்கிலியை ஓர் இழுப்பு இழுத்தாலே அச்சங்கிலி அறுந்துவிடும் அல்லது அக்கம்பி நிலத்திலிருந்து பிடுங்கப்பட்டுவிடும். ஆனால் நன்றாக வளர்ந்த ஒரு பெரிய யானை அதிலிருந்து தப்பிக்க எந்த முயற்சியும் செய்வதில்லை. ஏன்?

அந்த யானை மிகவும் குட்டியாக இருக்கும்போது அதன் காலில் பலமான ஒரு சங்கிலி கட்டப்பட்டு, அது ஒரு வலுவான கான்கிரீட் தூணோடு ஒரு நாளைக்குப் பல மணி நேரம் பிணைக்கப்பட்டிருக்கும்.

அந்த யானைக்குட்டி என்னதான் முரட்டுத்தனமாக இழுத்தாலும் பிளிறினாலும் அதனால் தன்னை விடுவித்துக் கொள்ள முடியாது. சிறிது காலத்தில், தான் என்னதான் முயன்றாலும் தன்னால் அச்சங்கிலியிலிருந்து தன்னை விடுவித்துக் கொள்ள முடியாது என்பதை அது கற்றுக் கொள்ளும். பின்னர் அந்த யானை அங்கிருந்து தப்பிக்க ஒருபோதும் முயற்சி செய்யாது.

தன் காலில் ஒரு சங்கிலியைக் கட்டி அதை ஏதாவது ஒன்றுடன் பிணைத்துவிட்டால், அச்சங்கிலி எவ்வளவு மெலிதாக இருந்தாலும் சரி, அல்லது அது எதனோடு பிணைக்கப்பட்டிருந்தாலும் சரி, தன்னால் அதிலிருந்து ஒருபோதும் தப்பிக்க முடியாது என்ற நம்பிக்கை அந்த

யானையின் மனத்தில் ஆழமாக வேரூன்றிவிடும். அச்சங்கிலி அந்த யானைக்கு ஒரு சிறையாக மாறிவிடுகிறது.

மனிதர்களாகிய நாமும் அப்படித்தான். நாம் பிறந்ததிலிருந்தே நம்மைப் பயிற்றுவிப்பவர்களால் நாம் இதேபோலக் கட்டுப்படுத்தப்படுகிறோம். நாம் பிறக்கும்போது நம் உள்ளுணர்வு தவிர நமக்கு வேறு எந்த அறிவும் இருப்பதில்லை. நாம் கற்றுக் கொள்ளும் அனைத்தும் நம்முடைய பெற்றோர், ஆசிரியர்கள், உடன் பிறந்தவர்கள், உறவினர்கள், நண்பர்கள், விளம்பரதாரர்கள், தொலைக்காட்சி போன்ற பயிற்றுவிப்பாளர்களால் நமக்கு ஊட்டப்படுகிறது. நமக்கு விதிக்கப்படும் கட்டுப்பாடுகளில் பெரும்பாலானவை மென்மையான முறையில் மெதுவாக நமக்குள் ஏற்றப்படுகின்றன. மீண்டும் மீண்டும் வலியுறுத்தப்படுவதன் மூலம் அவை நம் ஆழ்மனத்தில் பதிந்துவிடுகின்றன. அதன் அடிப்படையிலேயே நாம் வருங்காலத்தில் நம் வாழ்க்கையில் அனைத்து முடிவுகளையும் மேற்கொள்கிறோம். இவற்றில் பல கட்டுப்பாடுகள் நாம் நம் வாழ்க்கையில் பாதுகாப்பாக இருப்பதற்காக நம்மீது திணிக்கப்பட்டவையாக இருந்தாலும், அவற்றில் பெரும்பாலானவை நம் தனிப்பட்ட வளர்ச்சியைக் கட்டுபடுத்துபவையாக அமைந்துவிடுகின்றன. மனரீதியான மற்றும் உணர்வுரீதியான சங்கிலிகளால் நாம் பிணைக்கப்பட்டுவிடுகிறோம்.

"குழந்தைகள் நம் பார்வையில் படும் தூரத்தில் இருக்க வேண்டும், ஆனால் கத்திக் கொண்டிருக்கக்கூடாது," என்று நம் பெற்றோர் கூறி வந்துள்ளனர்.

"உன்னிடம் நான் கேட்டாலொழிய நீ உன் வாயைத் திறக்கக்கூடாது," என்று நம் ஆசிரியர்கள் தொடர்ந்து நம்மிடம் கூறி வந்துள்ளனர்.

"பாதுகாப்பான ஒரு வேலையை ஒருபோதும் விட்டுவிடக்கூடாது," என்று நம் நண்பர்கள் அடிக்கடி வலியுறுத்தி வந்துள்ளனர்.

"உங்கள் கடன்களை அடைத்துவிட்டு, ஓய்வுக் காலத்திற்குத் தொடர்ந்து சேமித்து வாருங்கள்," என்று சமுதாயம் நம்மிடம் கூறி வந்துள்ளது.

"நாம் போதுமானவர்கள் அல்ல. வாழ்க்கையில் மகிழ்ச்சியாக இருக்க வேண்டுமென்றால், நீங்கள் ஒடிந்துவிடுவெதுபோல ஒல்லியாக இருக்க வேண்டும், உங்கள் முகம் மாசு மருவற்று இருக்க வேண்டும், உங்கள் மேனி சுருக்கமற்று இருக்க வேண்டும், உங்கள் பல் பால்வெண்மை நிறத்தில் இருக்க வேண்டும், உங்கள் உடலிலிருந்து எப்போதும்

நறுமணம் வீசிக் கொண்டே இருக்க வேண்டும்," என்று ஊடகங்கள் நம்மிடம் தொடர்ந்து வலியுறுத்திக் கொண்டே இருக்கின்றன.

ஊடகங்கள் இவற்றைத் தொடர்ந்து மீண்டும் மீண்டும் நம்மிடம் வலியுறுத்தி வருவதால், அவை நம் ஆழ்மனத்தில் பதிந்து நம்முடைய நம்பிக்கைகளாக ஆகிவிடுகின்றன. வாழ்க்கையில் நாம் தொடர்ந்து மேலே போய்க் கொண்டிருக்கும்போது, நம்மால் எதைச் சாதிக்க முடியும் என்பதைக் கூறுவதற்கு பதிலாக நம்மால் எதைச் சாதிக்க முடியாது என்று நம்மைச் சுற்றித் தொடர்ந்து முழங்கப்பட்டு வருகிறது.

இதன் விளைவாக, சாதாரணச் சங்கிலியில் பிணைக்கப்பட்டு இருந்தாலும் தன்னால் அதிலிருந்து ஒருக்காலும் தப்பிக்க முடியாது என்று நம்ப வைக்கப்பட்டுள்ள யானையைப்போலவே, பெரும்பாலான விஷயங்களை மேற்கொள்வது 'நம்மால் முடியாது' என்று நாமும் நம்ப வைக்கப்பட்டு வருகிறோம்.

வெளியே தள்ளப்படும் எதிர்மறைகள்

தற்போது உங்களிடம் ஒட்டிக் கொண்டிருக்கும் பழக்கவழக்கங்களும் வாழ்க்கை குறித்த உங்கள் மனப்போக்குகளும் ஒரு வாளியில் இருக்கும் தண்ணீர் என்று கற்பனை செய்து கொள்ளுங்கள். அதில் நீரை நிரப்பியவர்கள் நம்முடைய பெற்றோர், ஆசிரியர்கள், உறவினர்கள், நண்பர்கள் மற்றும் ஊடகங்கள்.

இப்புத்தகத்தில் நீங்கள் கற்றுக் கொண்டுள்ள புதிய திறமைகள் மற்றும் நேர்மறையான அணுகுமுறைகளைச் சிறு கூழாங்கற்களாகக் கற்பனை செய்து கொள்ளுங்கள். நீங்கள் இக்கூழாங்கற்களை அந்த வாளிக்குள் ஒவ்வொன்றாகப் போடும்போது, அந்த வாளியில் ததும்பி நிற்கும் நீர் வெளியே கொட்டும். உங்களிடம் தற்போது ஒட்டிக் கொண்டிருக்கும் எதிர்மறைப் பழக்கவழக்கங்கள் மற்றும் மனப்போக்குகள்தான் அந்த நீர். நாளடைவில் உங்கள் வாளியில் நேர்மறைப் பழக்கவழக்கங்கள் அதிகமாகி, உங்களிடம் ஏற்கனவே இருந்த எதிர்மறைப் பழக்கவழக்கங்கள் மறைந்துவிடும். வாழ்க்கையில் நீங்கள் வெற்றி பெற அந்த நேர்மறைப் பழக்கங்கள் தொடர்ந்து உங்களுக்கு வழிகாட்டும்.

பிறருடன் நல்லுறவுகளை வளர்த்துக் கொள்ளவும், பிறர்மீது நல்லவிதமான தாக்கங்களை ஏற்படுத்தக்கூடிய வசீகரமான ஒரு நபராக நீங்கள் உருவாகவும், பிறர்

நேர்மறையான தீர்மானங்களை மேற்கொள்ள அவர்களுக்கு உதவவும் தேவையான சூழ்நிலைகளை இப்புத்தகம் உங்களுக்கு அளித்துள்ளது. இதில் கூறப்பட்டுள்ள திறமைகளில் ஒன்றை மட்டும் எடுத்து அதைக் கற்றுக் கொண்டு, அது உங்களைவிட்டுப் பிரிக்க முடியாத ஓர் அம்சமாக ஆகும்வரை அதை உங்கள் வாழ்க்கையில் கடைபிடித்து வாருங்கள். எந்தவொரு விஷயத்தையும் ஒரு பழக்கமாக மாற்றி அதை உங்களோடு நிரந்தரமாக ஒட்டிக் கொள்ளச் செய்ய வேண்டுமென்றால், தொடர்ந்து முப்பது நாட்களுக்கு நீங்கள் அதைச் செய்து வர வேண்டும்.

உங்களை இழுத்துப் பிடித்து வைத்திருக்கும் எதிர்மறைச் சங்கிலிகளை உடைத்தெறிந்து நேர்மறைப் பழக்கவழக்கங்களை வளர்த்துக் கொள்ள இக்கணமே தீர்மானியுங்கள். அதை எவ்வாறு செய்வது என்று கேட்கிறீர்களா? யானை எப்படிப் பழக்கப்படுத்தப்பட்டதோ, அதேபோலத்தான். 'உங்களால் முடியும்' என்ற நம்பிக்கை உங்களுக்குள் ஆழமாக வேரூன்றும்வரை நேர்மறையான நடவடிக்கைகளை மீண்டும் மீண்டும் செய்து வாருங்கள்.

References

Pease, A & B., *The Definitive Book of Body Language*, Pease International 2005,

Pease, A.V., *The Hot Button Selling System*, Pease Training, 1976

Pease, Allan & Garner, Alan, *Talk Language*, Pease International, 2004

Pease, Allan & Barbara, *Why Men Don't Listen & Women Can't Read Maps*, Pease International 2001

Pease, Allan & Barbara, *Why Men Don't Have a Clue & Women Need More Shoes*, Pease International, 2006

Pease, Allan & Barbara, *Why Men Can Only Do One Thing at a Time & Women Won't Stop Talking*, Pease International, 2003

Pease, Allan, *Questions are the Answers*, Pease International, 2003

Pease, Allan & Barbara, *How to Remember Names & Faces*, Pease International, 1996